काहीच्या काही चावटपणा

दत्ता जोशी

Made with ❤ on the Notion Press Platform
www.notionpress.com

“हसण्या साठी उत्सूक असणाऱ्या प्रत्येक व्यक्तीला हसत हसत अर्पण”

अनुक्रमणिका

प्रस्तावना

वाचनाचा निखळ आनंद घ्यायचा असला की बरेचदा विनोदी लेखन वाचायला घ्यायचे. दिवसभराचा ताण जाऊन चेहऱ्यावर नकळतच एक स्मितहास्य तरळते. परंतु विनोदी लेखण हे जॉनर लिखाणासाठी खूप अवघड आहे. कारण विनोदी कथा लेखन करताना लिखाणातला पंच आल्याशिवाय योग्य जागी आला नाही तर त्या विनोदातली गंमतच निघून जाते. लेखकाच्या कल्पनाशक्तीचा तेथे कस लागतो. त्यामुळे विनोदी लेखन शैली ही लेखन क्षेत्रात एक वेगळं स्थान घेऊन आहे.

आपल्या लिखाणातून सर्वांना असाच निखळ आनंद देतात ते श्री.दत्ता जोशी. दत्ता जोशी काका आणि माझी पहिली भेट झाली ती प्रतिलिपीवर. त्यांच्या "फाटकी बनियन" या कथेवर भरपूर सारे कमेंट्स वाचून म्हटलं वाचावं तरी काय कथा आहे अशी आणि वाचता वाचता मी कधी हसत सुटले ते मलाही कळले नाही. कुठलीही अतिशियोक्ती न करता ते सहजपणे विनोद निर्माण करतात. दैनंदिन जीवनातील साधे प्रसंग ते सोप्या भाषेत सहजपणे रंगवतात हेच त्यांच्या लेखनाचे वैशिष्ठ्य आहे. त्यामुळे कॉमनमॅनला पण ते लिखाण जवळचे वाटून जाते. कित्येकदा वाचक स्वतःला त्याजागी पाहतो. हेच दत्ता काकांच्या लिखाणातलं यश आहे म्हणावं लागेल.

आज मराठी साहित्य क्षेत्रात पु.ल.देशपांडे, आचार्य अत्रे, द.मा.मिरासदार या सर्व लेखकांनी आपल्या विनोदी लेखनाने जसे वाचकांच्या मनात वेगळे स्थान निर्माण केले आहे तसेच दत्ता जोशी काकांचे पण होते आहे. त्यांची एक कथा "आमचा टी व्ही" वाचताना आपण पण त्यांच्यातला एक प्रेक्षक कधी होऊन जातो हे कळतं नाही. चाळीत नवीन टी व्ही आणल्यावर शेजाऱ्यांचा होणारा त्रास व त्यातून निर्माण होणारे विनोद वाचताना खूप मज्जा येते. "माझा पहिला विमान प्रवास" कथेमध्ये शेजारच्या काकू विमान प्रवास करताना काय काय काळजी घ्यायची सांगताना वजनाची मर्यादा सांगतात व बायको भडकते हा प्रसंग वाचताना हसू आवरत नाही. "माझा पहिला प्रेमभंग" किंवा "फ्रिज" या कथा वाचताना दत्ता जोशी काकांची वाचकांना खळखळून हसवायची कला उमजून जाते. "फ्रिज" कथेतील नवऱ्याला गप्प करणारी बायको आपल्या डोळ्यासमोर तशीच्या तशी उभी रहाते. कथेतील पात्र रंगविताना ते हुबेहुब रंगविण्यात काकांना मानलं पाहिजे.

श्री.दत्ता जोशी काकांचे हे दुसरे पुस्तक प्रकाशित होत असून ते अतिशय वाचनीय आहे. सर्वांनी आपल्या संग्रही ठेवावे असेच आहे. त्यांनी लवकरच पुस्तकांची शंभरी गाठावी व आपल्या रसिक वाचकांना हास्याची पर्वणी द्यावी याच शुभेच्छा.

- सौ. प्राजक्ता राहुल रुद्रवार

ऋणनिर्देश, पावती

मला लिहिण्यासाठी नेहमी प्रोत्साहित करणारे डॉ. निर्मल मंडल, काहीतरी वेगळं लिहीत जा हो असं सांगणारी सौ. अमृता जाधव, जीच्या साहाय्या शिवाय हे पुस्तकं अस्तित्वातच आलं नसतं अशी हट्टाने सगळं करवून घेणारी सौ. रोहिणी गभाले , वेळेत सुबक मुखपृष्ठ बनवून देणारी सौ.लीना पोळ आणि आपल्या अत्यंत व्यस्त वेळापत्रकातून वेळात वेळ काढून ज्यांनी अत्यंत सुंदर प्रस्तावना लिहून दिली अशा, मस्ती की पाठशाला चालवणाऱ्या थोर समाजसेविका आणि प्रतीलीपवरील लाडक्या लेखिका सौ. प्राजक्ता रुद्रवार यांच्या मी कायम ऋणात राहू ईच्छितो .

1

आमच्या घरातील सर्कस

कोणत्या मुहूर्तावर मी बायको मुलांना घेऊन सर्कस दाखवायला घेऊन गेलो होतो देव जाणे. सगळेजण एकदम तल्लीन होवून सर्कस पाहात होते. मुलांना तर जाम मजा वाटतं होती. डोळे विस्फारून ते प्रत्येक खेळ बारकाईने पाहात होते.कधी उंच झोपाळे पाहून भयचकित होतं होते तर कधी विदूषकाचे चाळे पाहून आनंदात टाळ्या वाजवत होते. बायको पण वाघ सिंहाचे खेळ मन लावून पाहात होती. मला त्यांच्या चेहऱ्यावरचा आनंद पाहूनच आनंद होतं होता.

सगळे जण त्यात एव्हढे रंगून गेले होते की त्या तंबूत फक्त आम्ही चौघेच जण आहोत की काय अश्या प्रकारे आमचा गोंधळ आणि आरोळ्या सुरु होत्या. त्या उंच बांधलेल्या झोपाळ्याला पकडून काही मुली उंच उंच झोके घेत होत्या ते पाहून आमच्या तर काळजाचे ठोकेच चुकत होते. त्यात एका मुलीचा तर हातच सुटून गेला. ते पाहून बायको तर एव्हढया जोरात किंचाळली की तो झोक्यावर उभ्या असलेल्या माणसाने वरतूनच काय झालं अश्या अर्थाने हात हलवून विचारलं.

त्यात झोका पकडता पकडता एका विदुषकाची चड्डीच त्या झोक्यावरच्या माणसाच्या हातात आली आणि ते पाहून मुलं तर एव्हढया जोरजोरात खदाखदा हसायला लागली की लोकं सर्कस पाहायचं सोडून आमच्या कडेच पाहायला लागले. त्यांचे विदुषकी चाळे पाहून मुलांनी तर फक्त गडबडा लोळायचंच बाकी ठेवलं. लोकांना तर सर्कस पाहावी की आमच्या कडे लक्ष द्यावं तेच कळेना.

कोणाला काय आवडलं तर कोणाला काय. बायकोला वाघ सिंहाचे खेळ खूप आवडले. प्रचंड एकाग्र होवून ती ते खेळ मनलावून पाहात होती. त्या रिंगमास्टरच्या हातातल्या चाबकाचा आवाज आणि त्या प्राण्यांच तो सांगेल तसं वागण्याचं तिला खूप अप्रूप वाटतं होतं.

"अरे असं कर, अरे तसं कर. हाण त्याला. अरे वेड्या मागे बघ जरा. वाघ आला आहे. ", अशा बऱ्याच सूचना तिने बसल्या जागेवरून रिंगमास्टर ला दिल्या. पण एकंदरीत आमच्या सगळ्याच कुटुंबावर सर्कशीचा प्रचंड प्रभाव पडलेला दिसत होता.

कारण दुसऱ्या दिवशी मी जागा झालो तेच मुळी बायको आणि मुलांच्या संवादाने,

"आई आपण पण सर्कस सर्कस खेळू या ना."

आणि बायकोने देखील ती कल्पना उचलून धरल्यावर मला तर दातखिळीच बसल्यासारखं झाली . मला माहित होतं की मी हो म्हणो किंवा नाही म्हणो याचा काही उपयोग होणार नाही तरी मी लगेच ठाम विरोध करायला सुरुवात केली.

पण लगेच बायकोच प्रवचन सुरु झालं.

" तुम्हाला ना कशाची म्हणून हौसच नाही. मुलं बिचारी त्यांचे सुप्त गुण दाखवताहेत तर तुमची आपली नेहमी नकारघंटा. ते काही नाही. आज तुम्ही ऑफिसला एक दिवस दांडी मारा आणि थोडंफार शिकवा मुलांना काहीतरी .जरा शरीराची हालचाल करा ना. बघतलं ना ती माणसं तुमच्याच वयाची होती आणि किती चपळ. आणि तो रिंग मास्तर पाहिला ना, कसला छाती काढून वाघ सिंहासमोर उभा राहून कामं करवून घेत होता ते."

" वाघ सिंहा कडून तर काय कोणीही कामं करवून घेऊ शकतो, जरा माझ्या बायकोकडून एखादं कामं करवून दाखव म्हणं तर खरं मानू,"

अर्थात हे वाक्य मी मनातल्या मनात म्हणालो." मारे ही मला सर्कशीतल्या चपळ हालचाली करणाऱ्या माणसांबद्दल सांगते आहे आणि जर का मी त्यात कामं करणाऱ्या चपळ, लवचिक बायकांबद्दल बोललो तर केव्हढा गहजब करेल ही. म्हणेल ,

" तुम्ही सर्कस पाहात होता की त्यातल्या बायका म्हणून "

जाऊ दया उगीच विषय वाढवण्यात पण मजा नाही. अशा वेळी जगातले शंभर टक्के नवरे करतात तेच मी केलं. गप्प राहिलो. पण तो तो हिला चेव चढत होता.

"कुठे तो वाघ सिंहांना खेळवणारा माणूस आणि कुठे झुरळाला घाबरणारे तुम्ही ", बायको खी खी हसतं म्हणाली.

" नुसतं दिवसभर तोंडासमोर मोबाईल घेऊन बसण्या पेक्षा आपण मुलं म्हणताहेत तर प्रयत्न तर करू . तब्येती पण छान राहतील आणि मुलंही खूष होतील." मुलं पण,

" हो आई, खरंच खेळू या सगळे मिळून," असं म्हणतं आनंदाने नाचायलाच लागली.

मग काय काय खेळ करून पाहायचे ते ठरवलं. त्यांच्या प्रत्येक खेळात माझा मोठा हिस्सा होता.

बायको म्हणाली," आपण वाघ सिंहाच्या खेळा पासून सुरुवात करू या. तुम्ही वाघ बना गडे."

"म्हणजे काय करायचं," मी अगदी गलितगात्र अवस्थेत बोललो.

"सांगते हो, एकदम सोप्प असतं ते." जणू काही हिच्या सगळ्या पिढ्या वाघ सिंहांना ट्रेनिंग देण्यातच गेल्या होत्या, अशा आत्मविश्वासात ती बोलत होती. आणि काय, एकदा तिच्या हातात सूत्र दिल्यानंतर ती म्हणेल असंच वागणं सगळ्यांसाठी सोयीचं असतं.

मग तिने मुलांना स्वयंपाक घरातून पिठाचे डब्बे हॉल मध्ये आणायला सांगितले. एक स्टूल, खुर्ची आणली. समोरासमोर मांडले. वाघाच्या अंगावर पट्टे असतात म्हणून मला पट्ट्यापट्ट्याचा पायजमा घालायला सांगितला. मी आपला घट्ट नाडी बांधून , कंबर कसून वाघाचा रोल करायला तयार झालो. रिंगमास्टरचा रोल अर्थात बायको कडेच होता.

आता एव्हढी मोठी सर्कस करायची तर प्रेक्षक पाहिजेतच ना. म्हणून मुलं प्रेक्षक बनणार होती.मुलं एकदम आतुरतेने खेळ पाहायला बसली.

घाई घाईने आम्ही नाश्ता आटोपला. आणि सर्कशीच्या खेळाचं प्लॅनिंग केलं.

बायको ने हातामध्ये चाबकाच्या ऐवजी झाडू घेतला होता. मी आपला काय करू अशा विचारात उभा. ती ओरडली,

" अहो वाघ कधी दोन पायावर चालतांना पाहिला आहे का कधी. नीट जमिनीवर दोन्ही हात आणि पाय टेकवून चालत जा आणि मी सांगते तसं करा." लगेच मी वाघासारखा पोज घेऊन बसलो.

बायको ने हातातील झाडू गरागरा फिरवत भीषण मुद्रा केली, आणि एकदम कर्कश्य आवाजात ओरडली,

" टायगर, खुर्ची पर चढो, पीठ के डब्बे पर अगले पाव रखो."

हे ती एव्हढ्या भयानक आवाजात ओरडली की मुलंच तर भेदरून गप्पच बसली आणि भयचकित नजरेने बघायला लागली. मी पण घाबरत घाबरत जाऊन खुर्चीवर जाऊन हात पिठाच्या डब्यावर ठेवले.

" अहो, असं शामळटा सारखं काय डायरेक्ट जाऊन बसलात.काही आत्मसन्मान आहे की नाही. थोडं वाघा सारखं वागा जरा. थोडा विरोध करा ना,

थोडा गुरुगुराट करा. थोडा पंजा मारल्या सारखं करा. म्हणजे कसं नॅचरल वाटेल."

मग पुन्हा एकदा मी खाली उतरलो. पुन्हा एकदा ती ओरडली," टायगर... " या वेळी विरोध करायचा होता म्हणून मी लक्षच दिलं नाही. पुन्हा तिने आवाज दिला, "टायगर..." मी आपला ढिम्म राहिलो. मग मात्र तिचा पारा चढला,

" अहो, कान फुटलेत का तुमचे. मी आपली जिवाच्या आकांताने ओरडते आहे."

असं म्हणत तिने त्वेषाने झाडू एव्हढया जोरात जमिनीवर आपटला की मी जर एक मिनिटं जरी उशीर केला असताना तर खूप जोरात फटका पडला असता पाठीवर. मी धाडकन खुर्चीवर जाऊन बसलो.

" टायगर, अभी दोनो पावपर खडे होकर दिखावो." असं तिने म्हटल्याबरोबर मी एकदम उभा राहुन गेलो. चौकात कवायत करतांना पोलीस उभा राहतो तसं ताठ उभं राहिललेलं पाहिल्यावर बायको जाम चवताळली.

" तुमचा आहे ना पोरकटपणा जाणारच नाही. असा दोन पायावर उभा राहिलेला वाघ कधी पाहिला होता का कधी कोणी तुमच्या घराण्यात."

आता बोला, वाघांचा आणि कोणाच्याही घराण्यांचा कधी संबंध तरी येतो का कधी. पण काय करणार.

" जाऊ दे आई तू वाघावर बसलेल्या देवी सारखी पोज घे नाही तर." कार्ट्यांची सूचना. " आम्ही फोटो काढतो." कसं काय त्यांच्या डोक्यात येतात अशा कल्पना कुणास ठाऊक. कुठून यांना सर्कस दाखवण्याची अवदसा सुचली मलाच कळेना.

" काहीतरीच काय, मी नाही करणार असं काही." मी जिवाच्या आकांताने विरोध केला. कारण मला त्या वाघाच्या पाठीवर बसलेल्या दुर्गा देवीचं चित्र आठवलं आणि एकदम दरदरून घाम फुटला.मी वाघ बनलो आहे आणि वाघाची पाठ चंद्राच्या कोरी सारखी वाकडी झाली आहे असं चित्रं डोळ्यसमोर चमकून गेलं. क्षणभर रात्र झाली आहे आणि आकाशात चांदण्या चमकताहेत असाही भास झाला. मी काहीही झालं तरी हा रोल करायचा नाही म्हणजे नाही ठरवलं. मग मुलं म्हणाली ,

"आम्ही वाघावर बसून एक चक्कर मारून येतो घरात."

हा, हे एकवेळ परवडलं. पण ती पाठीवर बसलेली दुर्गा, नको रे बाबा. लगेच मुलगा पाठीवर चढून बसला. मुलीने हातात झाडू घेतला. आणि," टायगर चलो " असं म्हणतं मला बेडरूम, किचन मधून फिरवून परत हॉल मध्ये घेऊन आली. मला तर टायगर म्हणजे वाघ का कुत्रा हेच समजत नव्हतं. म्हणजे नाव टायगर ठेवलेलं होतं पण वागणूक मात्र कुत्र्यासारखी मिळतं होती.

मग बायको म्हणाली," चला आता आपण वाघाला जेवण देवू या." मला वाटलं आता नाश्ता देणार असेल. म्हणून मी खूष झालो. तर तिने एका ताटात बिस्कीट आणि एका ताटलीत पाणी टाकून आणलं.आणि ओरडली," टायगर स्टार्ट." " छे छे !!!" मी एकदम किंचाळलो. " असं कधी ताटातून हात न लावता बिस्कीट खाता येतील का आणि पाणी तरी पिता येईल का."

" येतं हो बाबा येतं बरं , कालचे वाघ असेच खात पीत होते. तुम्ही पाहिलं नाही का." मुलांनी मला समजवायचा प्रयत्न केला.

" अरे त्यांच लक्ष असेल तेंव्हा ना. बघत असतील कुठंतरी." मला समजत नव्हतं. अशा वेळी बायको अंधारात तीर मारते पण ते कधी कधी अगदी बिनचूक लागतात. पण मी ठाम राहिलो. मी असं खायला ठाम नकार दिल्यावर ती एकदम नाराज झाली.

" मग बाबा, दोरीवरच्या तरी उड्या मारु या." मुलांची नवीन सूचना.

" अरे तुम्हाला काय करायचे ते करा ना. मला कशाला त्यात ओढताय." मी आक्रोश करत म्हणालो.

" बरोबर, आहे रे बाळांनो, त्यांना कशाला त्यात ओढताय. जाऊ दया. बसा हो तुम्ही एका बाजूला. घ्या तुमचा मोबाईल हातात आणि करत बसा चॅटिंग. चला रे मुलांनो मी मारून दाखवते तुम्हाला दोरीवरच्या उड्या."

बायकोने ती दोरी हातात घेऊन उड्या मारायचा पवित्रा घेतल्या बरोबर मला उगीचच बिल्डिंग हादरते आहे आणि खालचे लोकं भांडायला वर येताहेत असं चित्रं दिसायला लागलं. लगेच मी दोरी तिच्या हातातून घेतली आणि उड्या मारायला तयारी दाखवली.

आता ती खूष झाली. मुलं म्हणाली ," बाबा, उडया मारताहेत तो पर्यंत आम्ही जोकर जोकर पण खेळ करू."

आता बायको प्रेक्षक बनली. मी दोरीवरच्या उड्या मारायला लागलो.मला पण आश्चर्य वाटलं. जमत होत्या हो. मला एकदम बालपण आठवलं. मी आपला सरावाने उड्या मारत होतो. त्या दरम्यान बेल केंव्हा वाजली आणि हिने केंव्हा दरवाजा उघडला आणि हिची ती लग्नात गुलाबी साडी नेसलेली मामे बहीण कधी दारात येवून एकमेकांना बिलगलेल्या असतांना दोघींच्या गळ्यात माझी दोरी कधी जाऊन पडली तेच मला कळलं नाही. कुठंतरी दोरी अडकली आहे एव्हढंच कळलं.

" ईश्श, काय हे जीजू," तशा अवस्थेत पण ती लाजत म्हणाली. मी सॉरी सॉरी म्हणतं बाजूला झालो.

तिचे मिस्टर दरवाजात बॅगा घेऊन उभे होते. त्यांना " या या, असं कसं काय अचानक येणं केलं " असं म्हणून त्यांच्या हातातून बॅग घ्यायला गेलो. तर जोकर जोकर खेळणाऱ्या पोराने पाठीमागून मला प्लास्टिकच्या बॅटीने टोला मारला. त्याबरोबर मी हिच्या त्या लग्नात गुलाबी साडी नेसलेल्या मामे बहिणीच्या नवऱ्याच्या गळ्यात जाऊन पडलो.

त्यांना वाटलं मी त्यांना आनंदाने मिठीच मारतो आहे की काय,

" अरे, हो हो, दत्तोपंत जरा दमानं घ्या. मला जरा सामान तर ठेऊ द्या." तिचा नवरा म्हणाला.

मुलं तर," मावशी आली, मावशी आली" करत नाचायलाच लागली. " मावशी, मावशी, आमच्या इथे सर्कस आलेली आहे. आपण आज संध्याकाळी सर्कस पहायला जाऊ या."

" अय्या ताई खरंच का ग सर्कस आलेली आहे , खरंच जाऊ या सर्कशीला. मी किती तरी दिवस झाले सर्कस पहिलीच नाहीये." हिची ती गुलाबी साडीवाली मामेबहीण म्हणाली.

एकाक्षणात माझ्या डोळ्यासमोर उद्याचे घरातल्या सर्कशीच चित्रं उभं राहिलं.

" जाऊ या नक्की," बायको म्हणाली आणि माझ्या कडे वळून म्हणाली ,"अहो आम्ही थोडावेळ गप्पा मारत बसतो तोपर्यंत तुम्ही जरा चहा पाणी आणा ना. प्लीज."

त्या गप्पा मारत असतांना मी त्यांच्या पुढे ताटात ठेवलेली बिस्कीट आणि ताटातच पाणी घेऊन गेलो.

देवाशप्पत, त्या वेळी बायकोने जी गर्जना केली त्या वेळी मला खरोखरच बाजूला वाघ असल्याचा भास झाला. आता मला सांगा यात माझं काही चुकलं होतं का.

2

असे वक्ते असे श्रोते.

माणूस बोलणारा प्राणी आहे. जेव्हा जेव्हा संधी मिळेल तेव्हा तेव्हा तो बोलत असतो. गर्दी असेल तेव्हा बोलतो .एकटा असेल तेव्हा बोलतो . अगदी कोणी नसलं तर एकटे बोलतो स्वतःशी बोलतो. अनोळखी माणसं बोलतो ओळखीच्या माणसांशी बोलतो . बऱ्याच वेळा तर मी स्वतःशीच बोलणारी माणसं देखील पाहिली आहेत. लांबच कशाला उदाहरण घेता. आमची ही तर ऐकायला कोणी नसलं तर अगदी भांड्याशी देखील बोलते.

आजकाल तर स्मशानात देखील बोलण्याची पद्धत निघालेली आहे. खरंतर मेलेला माणूस ऐकत नसतो .मग त्याच्याबद्दल बोलण्यात पण मजा नसते. पण तो कसा चांगला होता. तो गेल्यामुळे मुळे कशी पोकळी निर्माण झाली आहे हे आवर्जून सांगितलं जातं. खरं म्हणजे जिवंतपणी जर आपल्याबद्दल ईतकं चांगलं बोलतं असतांना कोणी ऐकलं ना तर कोणाला मरण्याचीच इच्छा होणार नाही. म्हणूनच आपल्याकडे जीवंत माणसाला चांगलं म्हणतं नसावेत. तशीही आपल्याकडे जिवंत माणसाबद्दल जिवंत असताना त्याला चांगल म्हणण्याची प्रथा नसल्यामुळे बोलणाऱ्याचाही नाईलाज असतो . त्याच्याबद्दल खूप चांगलं बोलून झाल्यावर आता दोन मिनिट शांतता पाळून त्याला श्रद्धांजली अर्पण करु या. असं सांगितलं जातं. खरं म्हणजे हा वक्ता जेंव्हा बोलत असतो तेव्हा बाकीचे लोक आपोआप शांतता पाळत असतात. खरं तर दोन मिनिट मौन त्याने पाळायला पाहिजे असते.

एकदा काय झालं एका माणसाबद्दल बोलताना बोलणारा विसरूनच गेला की आपण स्मशानात आहोत. मेलेल्या माणसाच्या ऐवजी तो स्वतः बद्दलच बोलायला लागला.

" आज आदरणीय श्रीयुत अमुक अमुक यांचे दुःखद निधन झाले आहे . शालेय जीवनापासून कॉलेजपर्यंत ते आणि मी सोबत होतो. नंतर मी लॉ कॉलेजला ऍडमिशन घेतली. आणि लॉची डिग्री प्राप्त केली. नंतर नोकरी करायचे ऐवजी, मी समाजसेवेचे काम करायला सुरुवात केली ते करता करता माझे कार्य पाहून मला एका पक्षाने नगरसेवक म्हणून कार्य करण्याची संधी दिली. त्यानंतर मी संपूर्ण वेळ समाजसेवा करण्यात घालवला. त्यामुळे आज माझ्याजवळ गाडी ,बंगला , फार्म हाऊस, बँकेत फिक्स डिपॉझिट काय नाही म्हणून विचारता. माझी मुलं परदेशात आहेत. तिथे तिथे ती उच्च पदावर नोकरीवर आहेत. आम्ही अधून मधून त्यांच्याकडे जाऊन राहत असतो. मी इतका मोठा असलो तरी मला या गोष्टीचा अजिबात गर्व नाही, किंबहुना मी माझ्याबद्दल कोणाशीही कधी कोणाला काही सांगत नाही . मोठा असलो तरी अशा अती सामान्य व्यक्तींसाठी देखील वेळात वेळ काढून समाजसेवा करत असतो. माझ्या शिक्षणाचा संपत्तीचा मोठेपणाचा कधीही उल्लेख करत नाही. आताच पक्षाने मला येणाऱ्या निवडणुकीत तिकीट देण्याचे ठरवलेल आहे. माझी आपणा सर्वांना नम्र विनंती आहे, की जर या येणाऱ्या निवडणुकीत आपण मला निवडून दिले तर अशा प्रकारची स्मशानं मी गल्लोगल्ली उभारून देईल. या माणसाच्या साक्षीने मी आपणास हे वचन देत आहे. मी बोलणार नाही मी केवळ बोलणारा नाही तर करून दाखवणारा माणूस आहे. आतापर्यंत माझे कार्यच माझ्याबद्दल बोललेले आहे. एवढे बोलून मी माझे दोन शब्द थांबवतो आणि सर्वांनी मृतात्म्यास शांती मिळावी म्हणून दोन मिनिट शांतता पाळून श्रद्धांजली वाहावी असे आवाहन करतो ,"

असं बोलून त्याने पक्षाच्या नावाने जोरदार घोषणा दिल्या .त्याच्यासोबत आलेल्या त्यांच्या कार्यकर्त्यांनी त्यांच्या नावाच्या जोरजोरात घोषणा दिल्या. बिचारा मेलेला माणूस हे सर्व पाहून शांतपणे आतल्या आत जळत राहिला.

काही माणसं मेलेल्या माणसाला एवढं थोर करून टाकतात की जर तो जिवंत असता तर त्याला ते ऐकून अगदी मेल्याहून मेल्यासारखं झालं असतं. एकदा स्मशानात मेलेल्या माणसाबद्दल एक माणूस असं बोलत होता,"आज संपूर्ण देशात प्रचंड पोकळी निर्माण झालेली आहे अशी पोकळी युगायुगातून एकदाच होत असते .यापूर्वी राजा राम मोहन राय, महात्मा गांधी ,भगतसिंग, राजगुरू , सुखदेव,पंडित जवाहरलाल नेहरू, नेताजी पालकर अशांच्या मृत्यूनंतर झालेली होती. ज्यावेळी देशाला अशा व्यक्तिमत्त्वाची गरज होती, त्यावेळी हा महात्मा आपणा सर्वांना सोडून गेलेला आहे .त्याच्याबद्दल काही बोलणं आणि सांगणं म्हणजे सूर्याला दिवा दाखवण्यासारखा आहे. आज आभाळ भरून आलेल आहे.

जणू काही सूर्यालाही आपले तेज नष्ट झाल्यासारखे वाटत आहे. असं वाटतं आकाशातून तो जणू अश्रूंच्या धारा पृथ्वीवर सोडणार आहे ." बोलता बोलता तो वक्ता एवढ्या जोषात आला होता की जमलेल्या गर्दीला पाहून असं बोलायला लागला,"असं वाटत नाही ही व्यक्ती आपल्या मधून गेलेली आहे"आणि उजवीकडे हात दाखवून म्हणाला," असं वाटतं की आता या बाजूने येईल"त्याबरोबर उजव्या बाजूच्या लोकांनी कोणी येतो की काय असं समजून येणाऱ्याला जागा करून दिली. नंतर डावीकडे हात दाखवून तो एकदम ओरडला," असं वाटतं की जणू काही या बाजूने ते येतील," असं तो बोलल्यावर बरोबर डाव्या बाजूच्या लोकांनी दचकून येण्यासाठी जागा करून दिली. अशी ही पोकळ पोकळी बराच वेळ सुरू होती.

काहीजण या प्रसंगी देखील मोक्याचा फायदा घ्यायचा सोडत नाही. एकदा एका श्रद्धांजलीच्या कार्यक्रमाला एक जण बोलत होता," उपस्थित मान्यवर बंधुंनो आज या कुटुंबावर जो आघात झालेला आहे तसं तो सहन करण्याची शक्ती परमेश्वर त्यांच्या कुटुंबाला देवो, कारण ही व्यक्ती जीला मी खूप दिवसांपासून ओळखत होतो .सज्जन, पापभीरू, कोणाचाही एक पैसा देखील कर्ज न ठेवणारी अशी ही व्यक्ती होती. पण मला सांगायला खूप वाईट वाटत आहे की या व्यक्तीने मागच्याच आठवड्यात माझ्याकडून पाचशे रुपये घेतले होते . माझी अशी विनंती आहे त्यांच्या मुलांनी हे पैसे मला परत करून त्यांच्या आत्म्याला शांती प्राप्त करून द्यावी आणि त्यांच्यात कीर्तीला साजेस वागावं " काय करणार हे भाषण ऐकल्यावर त्या व्यक्तीच्या मुलांनी मुकाट्याने त्या व्यक्तीला पाचशे रुपये रोख जणू त्या श्रद्धांजलीचं मानधन म्हणून दिले.

एकदा एका पुढाऱ्याला अशी सवय होती की कार्यक्रम कोणताही असो ",मला अश्या दहा व्यक्ती आणून द्या, मी संपूर्ण देश बदलून टाकेल. सगळ्या देशात क्रांती करून टाकेल ."अस तो म्हणायचा. उदाहरणार्थ लोकमान्य टिळकांची जयंती असो की विवेकानंदांची पुण्यतिथी असो त्याच आपल एकच असायचं ,"मला दहा टिळक आणून द्या .मी सगळ्या देशात क्रांती करून टाकेल. मला दहा विवेकानंद आणून द्या मी सगळ्या देशाला बदलून टाकेल." कार्यक्रम कोणताही असो कोणाबद्दल असो मला फक्त दहा आणून द्या. संख्या दहाच राहायची. एकदा एका छोट्याशा गावात कविवर्य भा.रा तांबे यांची पुण्यतिथी साजरी होणार होती. आणि त्या कार्यक्रमाला वक्ता म्हणून या पुढाऱ्याला बोलावलेलं होतं. खेडेगावातील साधी भोळी माणसं कार्यक्रमाला जमा झाली होती. झालं हे बोलायला उभे राहिले आणि इकडे तिकडे पाहू मोठ्या आवेशाने बोलायला लागले ," लोकहो आज आपल्या देशाला भा. रा. तांबे अशा माणसांची खूप गरज आहे. जर मला

असे कोणी दहा तांबे आणून देईल तर मी देशात क्रांती करून दाखवेल .सगळ्या देशाला बदलवून टाकेल."टेबलावरच्या तांब्या कडे बघत तो इतक्या आवेशाने कडाडला की " मला दहा तांबे आणून द्या " की कार्यक्रमाच्या आयोजकांना समजतच नव्हतं की या व्यक्तीला अचानक दहा तांबे का हवे आहेत. त्याने घाईघाईने सेक्रेटरीला खूण करून टेबलावरच्या तांब्या कडे बोट दाखवून दहा तांबे ताबडतोब आणण्यासाठी सांगितले. खेड्यातली साधी माणसं. त्यांना वाटलं या बिचाऱ्याला अचानक काहीतरी इमर्जन्सी झाली असली पाहिजे .लगेच त्या लोकांनी धावपळ करून पाण्याने भरलेले दहा तांबे टेबलवर रांगेत आणून ठेवले. ते तांबे पाहिल्यानंतर अचानक हा शुद्धीवर आला आणि त्याने घाईघाईत आपले भाषण आवरते घेतले.

एकदा एका पुढाऱ्याला एका गावा मधल्या शाळेमध्ये लोकमान्य टिळकांवरती भाषण करायला बोलावले होते . टिळकांबद्दल त्याला विशेष माहिती नव्हती म्हणून त्याने गावातल्या हेडमास्तरांना शाळेत जाऊन टिळकांबद्दल विचारले. हेडमास्तर म्हणाले,

" हा इतिहासाचा प्रश्न आहे. तुम्ही इतिहासाच्या शिक्षकांना विचारा."

इतिहासाचे शिक्षक म्हणाले," हा तिसरीचा धडा आहे. आणि मी चवथीचा शिक्षक आहे. त्या मुळे तुम्ही तिसरीच्या शिक्षकांना विचारा."

मग तिसऱ्या शिक्षकांनी त्यांना टिळकां विषयी भरपूर माहिती दिली.

"टिळक खूप थोर होते त्यांच्या इतका थोर पुढारी अजून झालेला नाही. त्यांनी सकाळ हे वृत्तपत्र सुरू केले. स्वराज्य हा माझा जन्मसिद्ध हक्क आहे आणि तो मी मिळवणारच हा मंत्र त्यांनी लोकांना दिला .मंडाले येथील तुरुंगात त्यांनी गीतारहस्य नावाचा महान ग्रंथ लिहिला. त्यांना इंग्रजांनी, सरकारचे डोके ठिकाणावर आहे काय या अग्रलेखासाठी ब्रह्मदेश येथील मंडाले येथील तुरुंगात काळ्यापाण्याची शिक्षा ठोठावली . टिळक आणि आगरकर हे दोन्ही जण जहाल आणि मवाळ या दोन गटांचे पुढारी होते. जरी त्यांची मतं विरुद्ध होती तरी त्यांना एकमेकांबद्दल खूप आदर होता वगैरे वगैरे प्रचंड माहिती त्या शिक्षकांनी पुढाऱ्याला दिली. शिक्षक अजून माहिती सांगणार होते पण पुढारी म्हणाले एवढी माहिती पुरेशी आहे. प्रत्यक्ष भाषणाच्या वेळी काय गंमत झाली की पुढाऱ्याला हे काहीच आठवेना त्याला फक्त एवढं आठवत होतं टिळक मोठे होते. मग तो बोलायला लागला,

"मुलांनो आज या लोकमान्य टिळकांची जयंती आहे. ते लोकमान्य टिळक खूप मोठे होते. किती मोठे होते याची तुम्ही कल्पना देखील करू शकणार नाही

.ते अत्यंत मोठे होते .खूप मोठे होते. आकाशापेक्षा मोठे होते .त्यांचे मोठेपण मला सांगता येणार नाही इतके ते मोठे होते."

असं म्हणून त्यांनी दोन्ही हात लांबवले आणि म्हणाले टिळक यापेक्षाही मोठे होते नंतर काय बोलावे त्यांना सूचेना. अचानक त्यांना आठवलं की लोकमान्य टिळक आणि आगरकर यांच्यामध्ये खूप वैर होते . वैर होते पण तरीदेखील एकमेकांना एकमेकांबद्दल खूप आदर होता. मग त्याने पुन्हा बोलायला सुरुवात केली,

" मुलांनो तुम्हाला आगरकर माहित आहेत ना त्यांची आणि टिळकांची दुश्मनी होती इतकी टोकाची दुश्मनी होती, की आगरकर दिसले की टिळक त्यांच्यावर काठी घेऊन धावून जात असत. आणि आगरकर दिसले की टिळक त्यांच्यावर धावून जातं. पण तरी मित्रांनो त्या दोघांमध्ये एकमेकांबद्दल एवढे प्रेम होते की टिळक वारले तेव्हा आगरकर ढसाढसा रडले आणि आगरकर वारले तेव्हा तर टिळकांनी हंबरडाच फोडला."

या सगळ्यात ओळख करणाऱ्यांची एक वेगळीच ओळख असते. एक ओळख करून देणारा एव्हढा चतुर होता की त्याला बोलण्याच्या दरम्यान काहीही आठवलं तरी तो लगेच त्या गोष्टीचा बेमालूम पणे वापर करून घेत असे. एकदा काय झालं एकदा एका गावात प्रमूख पाहूणे म्हणून प्रसिध्द साहित्यिक श्री. य. गो. जोशी यांना बोलवलं होतं. त्यांची ओळख करुन द्यायला हा उभा राहिला. य. गो. जोशी बाजूला बसलेले होते. याने सुरूवात केली.

" उपस्थीत रसिक श्रोते हो, आजचा दिवस आपल्या गावातील प्रत्येक व्यक्ती साठी अतिशय महत्वाचा दिवस आहे. कारण या आधी कधी झाले नाही आणि पुढेही कधी होणारं नाहीत असे जगप्रसिद्ध साहित्यिक श्री.य. गो. जोशी आपणास प्रमुख पाहूणे म्हणून लाभलेले आहेत. जो पर्यंत जगात चंद्र सूर्य राहतील तो पर्यंत यगोंचं नावं पृथ्वीवर राहणार आहे. "

वगैरे वगैरे बरीच माहिती त्याने लोकांना सांगीतली. अचानक त्याला आठवलं की गावा मधे त्याच वेळी य.गो.जोशींचा " माझा मुलगा" हा गाजलेला चित्रपट लागलेला आहे. ही मौल्यवान माहिती लोकांना द्यावी असं त्याला वाटलं आणि त्याने सांगायला सुरुवात केली,

" रसिक श्रोतेहो, सगळ्यात महत्वाची आणि मौल्यवान माहिती मला तुम्हाला जाहीरपणे सांगायला आनंद वाटतो की श्री. य. गो. जोशी हे माझ्या मुलाचे जनक आहेत. ते स्वतः प्रसिद्धी परांगमुख असल्याने त्यांना ही गोष्ट जाहीर केलेली आवडणार नाही. पण आता मात्र ते ही गोष्ट नाकारू शकणार नाहीत. "

ही गोष्ट ऐकल्यावर य. गो. जोशींच्या तोंडाला फेसच यायचा बाकी राहिला. ही गोष्ट सांगायला नकोच.

3

गोविंदा आणि माझे लग्न

लग्नाआधी हिच्या गुलाबी साडी नेसलेल्या मामे बहिणीशी बोलताना मी जास्तच वाया गेलो होतो. तिच्यावर इंप्रेशन मारण्यासाठी वाट्टेल त्या थापा मारत सुटलो. मी फेसबुकवर गोविंदाचा डीपी ठेवलेला होता त्यामुळे मी गोविंदाचा फॅन असावा अशी दिला खात्री झाली होती. तिला सुद्धा गोविंदा खूप आवडायचा. मी तिच्यावर इम्प्रेशन मारण्यासाठी म्हणालो,

" मी नुसता गोविंदाचा फॅनच नाही तर आम्ही दोघ खूप जवळचे मित्र देखील आहोतं. आठवड्यातून एकदा भेटल्या शिवाय आणि फोनवर तर रोज बोलल्याशिवाय आम्हाला करमतच नाही. आता त्याला न विचारता लग्न ठरवल्या वर तर त्याला जाम राग येणार आहे "

त्याबरोबर तिने त्या आनंदाने आणि आश्चर्याने जोरदार किंकाळी मारली. एकदम उड्या मारत ती माझ्याजवळ आली आणि माझा हात हातात घेऊन काकुळतीने म्हणाली ,

"जिज्जू, प्लीज प्लीज प्लीज मला पण गोविंदाला भेटायचंय.भेटवा ना."

मी मुंबईला राहातं होतो. त्याच्यामुळे तिला ते खरं वाटलं.ती जसजशी आश्चर्यचकित होतं होती तसतसा मला थापा मारायला चेव येत होता. माझ्या गोष्टी ऐकून आजूबाजूला सासू, सासरे, मेहुणे, मेहुण्या आणि हिच्या काही बऱ्या दिसणाऱ्या मैत्रिणी पण जमा झाल्या. कानात पंचप्राण गोळाकरून माझ्या गोष्टी ऐकायला लागल्या. मग काय विचारता. मी अजूनच चेव येवून तिला या मागच्या रविवारी, मी आणि गोविंदा कसा पिक्चर ला गेलो होतो आणि चौपाटीवर पाणीपुरी

खातांना तो पैशाचे पाकीट कसा घरी विसरला होता. मग मी त्याचे पैसे कसे भरले. त्याचं त्याला कसं वाईट वाटलं होतं. नंतर मग त्यांने दहा हजार रुपये खिशात कसे जबरदस्तीने कोंबून टाकले होते. हे सांगितलं.

त्यानंतर यावेळच्या धुळवडीला त्याचा शर्ट रंगाने कसा पूर्ण भिजून गेला होता. आणि मग तो माझा एखादा जुना शर्ट कसा काकुळतीला येऊन मागत होता हे मी सांगितलं. सगळे आश्चर्याने थक्क होवून माझ्या कडे कौतुकाने पाहात होते.

मग मी चेव येवून अजून एक गोष्ट सांगितली. एकदा त्याने त्याचा बूट पुसण्यासाठी पांढरा सुती कपडा मागितला होता. मी माझं बनियन दिलं. त्यावेळी त्या बनियनचा रंग पाहून त्याला बूटाचा काळा रंग कसा जास्त चांगला वाटला. त्या वेळी मग हातानेच साभार नकार देतं तो कसा काकुळतीने हताशपणे मान हलवत होता, हे मी तिला रंगवून रंगवून सांगितलं.

माझे आणि गोविंदाचे इतके जवळचे संबंध असतील अशी कोणालाच बिलकुल कल्पना नव्हती. त्यामुळे ते ऐकल्यानंतर हिच्या मामे बहिणीचे विस्तारलेले डोळे आणि आ वासलेले तोंड जवळ जवळ पंधरा मिनिट तसेच राहिले.

" अहो, तिला कशाला गोविंदाच्या गोष्टी सांगीतल्या. गोविंदा साठी पार वेडी होऊन जाते." ही पहिल्यांदा मला म्हणाली. पण मी कसला ऐकतो. माझं गोविंदा पुराण नॉन स्टॉप चालू होते.

एका क्षणात माझ्या आणि गोविंदाच्या मैत्रीची गोष्ट सगळ्या सासुरवाडीला पसरली. सगळे माझ्या भोवती जमा झाले. सगळयांच्या मनात अपार आश्चर्याचे भाव होते. प्रत्येक जण प्रश्न विचारून आपले कुतूहल पूर्ण करत होता. सगळे जण तोंडात बोटं घालून माझ्याकडे बघत होते. मी आपला गोविंदा कसा खातो, कसा चालतो, कसा बोलतो या बद्दल मी मनाला येईल तशी उत्तर देतं होतो.

दुपारी जेवणा नंतर लग्नाची बैठक बसली. त्या वेळी अर्धा गावं जमा झाला होता. सगळे मन लावून ऐकत होते. अचानक सरपंच उभा राहिला आणि म्हणाला,

"बापू आम्हाला तुमच्या काय असतील त्या सगळ्या अटी मान्य आहेत. फक्त आमची एकच विनंती आहे की तुम्ही लग्नाला गोविंदाला घेऊन या. "

त्याच बोलणं झाल्याबरोबर टाळयांचा प्रचंड कडकडाट झाला. मी काय बोललो ते कोणी ऐकूनच घेतलं नाही. म्हाताऱ्या कोताऱ्या लोकांनी माझ्या कानावरून बोटं मोडली, तर काही शाळेतल्या मुलींनी माझ्या सहया घेतल्या. काही शाळेतल्या मुलांनी मला हात लावून बघितला. बरेच जण पायावर डोकं ठेवून गेले. मला उगाचच संत झाल्याचा भास झाला.

शेवटी मी मुंबईला परत आलो. त्या नंतर मला सासुरवाडीहुन बरीच पत्र यायला लागली. खोटं कशाला बोला, ही पण पत्र पाठवायची. पण सगळ्या पत्रात माझ्या ऐवजी गोविंदाचीच चौकशी जास्त असायची.

गोविंदा भाऊजी कसे आहेत. त्यांना म्हणावं लग्नाला यायचं आहे. नवीन कपडे वगैरे शिवून घ्या. तब्येतीची पण काळजी घ्या... सगळी चौकशी गोविंदाची असायची. माझी कोणी साधी विचारपूस पण करत नसे. फक्त माझ्या साठी सूचना असे, गोविंदाची नीट काळजी घ्या आणि त्याला आणायला विसरू नका.

आता हे एक नवीनच टेन्शन निर्माण झालं होतं की गोविंदाला आणायचं कसं. अती खोटं बोलण्याचा मला खूप पश्चाताप होतं होता. काय करावं काही समजत नव्हतं. जसजसे दिवस जवळ यायला लागले तसतशी माझी काळजी वाढायला लागली. मी दिवसेंदिवस अशक्त दिसायला लागलो. आमच्या ऑफिस मधला एक प्युन म्हणाला देखील,

" साहेब तुमचा काही प्रॉब्लेम वगैरे आहे का. माझ्या ओळखीचा एक हकीम आहे. त्याने असे बरेच आजार बरे केले आहे."

त्याच्या बोलण्याचा रोख पाहून माझं डोकंच फिरलं. मी म्हटलं,

"अरे बाबा मला काही आजार वगैरे नाही. अडचण तर दुसरीच आहे."

मग मी त्याला माझा प्रॉब्लेम सांगितला, की मला लग्नाला गोविंदा हवा आहे. तो एकदम खो खो हसायला लागला.,

" बस एव्हढीच गोष्ट ना. झालंच समजा तुमचं काम. कधी आणून घालायचं गोविंदाला. पत्ता आणि वेळ देवून ठेवा साहेब."

मी त्याच्या कडे आश्चर्याने आ वासून बघायला लागलो. " साहेब काळजी करू नका. गोविंदाचा पीए माझ्या एकदम जवळचा मित्र आहे. तुम्हाला काय येण्याशी मतलब ना. बस झालं तर मग. नाही आला तर मग मला बोला साहेब."

हे बोलतांना त्याच्या तोंडाला आंबूस वास येत होता आणि मी विश्वास ठेवत नसल्याने त्याचे डोळे रागाने लाल झाले होते. तो म्हणाला,

" साहेब थोडा खर्च करावा लागेल मात्र. मला थोडा संशय यायला लागला. पण तो म्हणाला, राहू दया साहेब तुमचा विश्वास नसेल तर. मी जातो. मला इतरही भरपूर काम आहेत."

शेवटी त्याला बरंच समजावलं तेंव्हा तो मोठ्या मुश्किलीने तयार झाला.

एक दिवस तो आनंदाने धावत आला. म्हणाला झालं साहेब तुमचं काम. आता बिनघोर जावा लग्नाला. मी येतोच गोविंदा साहेबांना घेऊन.

शेवटी मी त्याच्यावर विश्वास ठेवून लग्नाला गावी जावून पोहोचलो. सगळे जण भेटायला येवून एकच प्रश्न विचारत होते. गोविंदा केंव्हा येणार आहे. मी म्हटलं येईल बघा उद्या.

सकाळी बाराला मुहूर्त होता. संध्याकाळी पाच वाजता कार्यालय खाली करायचं होतं.

सगळं गावं सकाळ पासून कार्यालयात जमा झालं होतं. त्यात एक गोष्ट ठळक पणे लक्षात येत होती की गावातल्या प्रत्येक आजोबा आजीचे केसं काळेशार झालेले होते. खरं म्हणजे एकही जणांचे केसं पांढरे नसलेले गावं म्हणून त्या गावाची नोंद गिनीज बुकात व्हायला पाहिजे होती. आमचे सकाळ पासून कार्यक्रम सुरु होते. पण कोणाचंच लक्ष लग्नाच्या विधींमध्ये नव्हतं. सगळ्यांचं लक्ष रस्त्याकडे होतं.

मला हळद लावणं सुरु असतांना, गुलाबी साडीवाली हिची मामेबहीण माझ्या कानाजवळ येवून विचारायला लागली,

" जिज्जू ताईने विचारलंय की गोविंदा कधी येणार आहे."

पिवळ्या धम्मक चेहऱ्याने मी तिच्या कडे रागारागात पाहिलं. पण तिचं लक्षच नव्हतं माझ्याकडे.

तेव्हढ्यात बँड वाजला. फटाके फुटले आणि कोणीतरी ओरडत आलं, "गोविंदा आला... गोविंदा आला...." सगळ्या हळद लावणाऱ्या बायका मला तसंच टाकून पळाल्या. मी एकटाच हॉल मध्ये राहिलो.

खरोखरच गोविंदा आला होता. सगळ्या पाहुण्यांमध्ये वेगळा दिसत होता. माझा तर डोळ्यावर विश्वासच बसत नव्हता. कोणीतरी लग्न लागल्यावर घालायला आणलेले हार गोविंदाच्या गळ्यात घालून दिले. मी आपला हताशपणे पाहात राहिलो. लगेच पाच सवाष्णी आरतीचं ताट घेऊन गोविंदाला औक्षण करायला उभ्या राहिल्या. भटजीच्या मार्गदर्शनाखाली हा सोहळा सुरु झाला. त्यांनी आधी त्याच्यावर मंत्र म्हणतं फुलांनी पाणी शिंपडलं. बायकांनी त्याला ओवाळलं, पेढे खाऊ घातले. मग फोटोग्राफर एक एक बाईला पोज घेऊन फोटो काढायला लागला. गोविंदा सोबत फोटो काढायच्या कल्पनेने सगळ्या मांडवातल्या दीड दोनशे बायका रांगेत उभ्या राहिल्या. त्यात सगळ्या वयाच्या बाया होत्या. तारण्याताठ्या, मध्यम वयीन आणि वयस्कर सगळ्या रांगेत उभ्या राहिल्या. त्यात एका आजीने सिनिअर सिटीझन म्हणून आम्हाला सगळ्यांच्या आधी ओवाळायला मिळालं पाहिजे, नाहीतर तक्रार करेन अशी धमकी दिली. तेंव्हा मांडवात गोंधळ उडाला. लोटालोटीत धक्का लागून आजींचा चष्मा पडून फुटून

गेला. त्यांना दिसेनासं झालं पण त्या पूजेचं ताट हातातून काही सोडत नव्हत्या. गोविंदा समजून त्यांनी गुरुजींच्याच गळ्यात हार घातला. त्यांना ओवाळलं आणि पेढा खाऊ घातला. नंतर फोटोग्राफरला बोलावून त्यांच्या सोबत फोटो काढायला लावला.

लाईन संपत नव्हती. मी आपला एकटाच तोंडाला हळद लावून, बनियन पायजमा घालून बसलो होतो. कोणाचंच माझ्या कडे लक्ष नव्हतं. तेव्हढयात कोणीतरी गोविंदाला ज्यूस आणून दिला. पुन्हा ओवाळण्याचा कार्यक्रम सुरु झाला. आचाऱ्यानी जेवण तयार झालं असल्याच निरोप दिला. मग लगेच पंगती सुरु झाल्या. सगळे गोविंदाच्या सोबतीने जेवायला बसले. जेवणं झाल्यावर पुरुष मंडळींचा गोविंदा भेटीचा कार्यक्रम सुरु झाला. एकाने सूचना दिली की गोविंदाला स्टेजवर बसवावे म्हणजे मस्त बॅग्राऊंड मिळेल. लगेच गोविंदाला स्टेजवर असलेल्या खुर्चीवर बसवलं गेलं. पुरुष मंडळी आपल्या मंडळी सोबत स्टेजवर जायला लागली. आता एव्हढया मोठ्या कलाकाराला खाली हात कसं भेटणार ना. मग मला द्यायला आणलेली पाकिटं त्यांनी त्याला द्यायला सुरुवात केली. हा कार्यक्रम एकदम शिस्तीत सुरु झाला. एक एक कुटुंब स्टेजवर यायचं. गोविंदाच्या हातात पाकिटं द्यायच. फोटोग्राफर त्यांचा फोटो काढायचा. लाईन थांबायचं काही नावच घेत नव्हती. इकडे मला काय करावं हे समजत नव्हतं. ही भानगड माझ्या मुळेच झाली होती.

नंतर भाषण, सत्कार हा कार्यक्रम सुरु झाला. अनेक मान्यवर बोलायला उभे राहिले. मुलांनी मुलींनी सांस्कृतिक कार्यक्रम करून दाखवले. सगळ्यांच्या आग्रहावरून गोविंदाने डान्स करून दाखवला. शिट्ट्या वाजल्या लोकं धुंद होवून तालावर नाचायला लागले. एका मागोमाग गाण्यांची फर्माईश व्हायला लागली आणि बहारदार नृत्याचा एकच गोंधळ सुरु झाला.

तेवढ्यात हॉल वाल्याची वेळ संपत आल्याची वार्निंग बेल वाजली. माझे सासरे धावत आले. म्हणाले ,

"जावाई बापू तुम्ही पण गोविंदा सोबत जोडीने फोटो काढून घ्या ना."

"अहो पण माझे कपडे... अजून लग्न लागायचं आहे..." मी रडकुंडीला येवून म्हटलं.

तेव्हढयात ही नटून थटून आली, मला म्हणाली,

" चला हो, आपण एक फोटो काढून घेवू भावोजींसोबत."

मी आपला पिवळ्या तोंडाने, बनियन, पायजम्यावर स्टेजवर जायला निघालो. तेव्हढयात हॉल च्या गेट मधून लोकं, "बाजू हटो, बाजू हटो" असं म्हणत स्टेजवर

आले आणि म्हणाले चलो साब शूटिंग की तयारी हो गयी है l लगेच गोविंदा ताड्कन उभा राहिला आणि सगळ्यांना हात जोडून म्हणाला," अच्छा मै चलतां हू. "

मी त्याला हात जोडून म्हणालो," साब एक फोटो प्लीज."

माझ्या कडे खालपासून वरपर्यंत पाहात तो एकदम ओरडला,

" चलो बाजू हटो " आणि मला बाजूला ढकलून निघून पण गेला. त्याच वेळी कोणीतरी खी खी करत हसतं आहे असं मला वाटलं. बघतो तर हिची गुलाबी साडी नेसलेली मामेबहीण उपहासाने हसतं होती.

" काय जिज्जू, तुम्ही तर त्याच्या सोबत पाणीपुरी खाल्ली होती ना ?," तिने खवचट पणे विचारलं.

हॉल मधले सगळे गोविंदाच्या मागे पाळल्याने हॉल पूर्ण खाली झाला होता. त्याच वेळी हॉल खाली करायची वार्निंग देणारी अजून एक बेल वाजली. मी घाई घाईने गोविंदाच्या गळ्यातून काढून ठेवलेले हार घेतले आणि एकमेकांच्या गळ्यात घातले आणि लग्न लावून घेतलं. नवरी नटलेली आणि नवरदेव मात्र पायजमा आणि बनियन वर असा तो फोटो लग्नाची एकमेव आठवण आहे.

4

माझं लग्न आणि वास्तव

माझ्या लग्नाच्या तशा फारशा सुखद आठवणी फार कमी म्हणजे जवळ जवळ नाहीतच म्हणाना.कारण लग्न ठरल्या पासून ते होई पर्यंत कोणीही माझा ईनसल्ट करायची संधी सोडली नव्हती.

फारशी बुद्धी नसतांना निव्वळ नशिबाने चांगली नोकरी लागलेली आहे म्हणून हा उगाचच अक्कल पाजळत फिरत असतो हे अजूनही, घरच्यांचं नव्हे तर सगळ्यांचं एकमत नव्हे तर ठाम मत आहे.

सध्या माझ्याशी लग्न करून माझ्यावर आयुष्य भर उपकार केले आहे असं समजणाऱ्या या बायकोला मी लग्ना आधी रिवाजानुसार काही प्रश्न विचारले होते. त्या वेळी, त्या पैकी एकाही प्रश्नाला तिने उत्तर दिले नव्हते. मी बोलतो आहे आणि ती मान खाली घालून नम्रपणे बसलेली आहे . एव्हढी एकुलती एक सुखद आठवण माझ्या मनात आहे.

पण नंतर मी तिला प्रश्न विचारला की तिच्या ऐवजी माझे बाबाच मला उत्तर द्यायचे.

उदाहरणार्थ," मुली तुझं नाव काय ? " मी जरा पोक्त माणसा सारखा प्रश्न विचारला. त्यात ओरडण्या सारखे काहीच नव्हते. पण बाबा एकदम भडकलेच माझ्यावर.

" काय रे मुर्खा, मी तुला कालच सांगितलं नव्हतं का तीच नाव काय आहे ते. का एका दिवसात बदलवून घेणार आहे ती. उगाच काहीतरी बावळट सारखं विचारायचं म्हणून विचारू नको. काहीही विचारून स्वतः फार शहाणा असल्याच दाखवू नको..

" बाबा ऐकतच नव्हते.

" बरं तुझं शिक्षण काय आहे ? " माझा दुसरा साधा सरळ प्रश्न. पण लगेच माझे बाबाच ओरडले,

" अहो, विद्वान ती बॅरिष्टर आहे. तुम्हाला काय त्या शिक्षणाशी करायचं आहे. तिला नोकरीला लावून तुम्ही भाकऱ्या थापणार आहात का.शिक्षण घेऊन आपण काय दिवे लावले. ते सगळया गावाला माहीत आहेत "

माझे बाबा माझा पाणउतारा करण्याची एकही संधी सोडत नव्हते. आपण याच्या होणाऱ्या बायको समोर याला झापतोय यात त्यांना काहीच वावगं वाटतं नव्हतं.

" बर तुला काय काय आवडतं ? " माझा केविलवाणा प्रश्न.

" नाचायला आवडत. मग काय नाचणार का तिच्या तालावर." बाबा ऐकतच नव्हते.

" मला थोडं एकांतात खाजगी बोलायचं आहे," मी फारच तळमळीने सांगितलं. मग तर आई बाबांचा पारा तुफान वर चढला.

" हे बघ रे बाबा असली काहीही थेरं करायला ही काही मुंबई नाही.तुला नसेल करायचं लग्न तर नको करू. स्पष्ट नाही सांग. पण आम्हाला इथं राहायचं आहे. आणि एक सांग रे, तुला एव्हढं काय खाजगी बोलायचं आहे रे, जरा कळू दे आम्हालाही. "

"बर ठीक आहे, मी नंतर कळवतो." मी माघार घेत म्हटलं.

" नंतर का, तुला काय पुस्तकं लिहायचं आहे का तिच्यावर संशोधन करून. ते काही नाही, आताच्या आता त्यांना सांगून टाक. एकटा तूच नाही आहे जगात तिच्याशी लग्न करायला.भरपूर पडले आहेत दुसरे. नंतर सांगतो म्हणे.आमच्या वर विश्वास नाही तुझा. ना आमच्या शब्दाला तुझ्या लेखी किंमत काही किंमत आहे. आम्हाला अक्कलच नाही ना, आम्ही काय रस्त्यावरच्या कोणत्याही पोरी याला दाखवायला उचलून आणतो."

बाबा अजिबात ऐकत नव्हते. आणि जीला प्रश्न विचारत होतो ती मात्र एकाही प्रश्नाला उत्तर देत ना नव्हती.

लग्नानंतर थोडयाच दिवसात जिचं बोलणं एकदाही बंद झालं नाही किंवा तोंड बोलून बोलून एकदाही थकलं नाही, ती हीच होती का, हा प्रश्न अजून सुटलेला नाही.

शेवटी दोघी कडून होकार झाला.लग्न ठरलं.

वरातीत पण माझी बँड वाल्यांनी,

लबाड लांडग सोंग करतय l

लगीन करायचं ढोंग करतय ll

हे गाणं वाजवत वाजवत सगळ्या सासुरवाडीला माझी वरात काढली.

लग्न एका प्राथमिक शाळेत लागणार होतं. वरातीत नाचण्याच्या धुंदीत आम्ही रस्ताच चुकलो. आणि कार्यालयाचा पत्ता पण विसरलो. बँडवाल्यांना त्याच काहीच टेन्शन नव्हतं. आम्ही वरात थांबवून कार्यालयाचा पत्ता विचारायचो,

एक काळी टोपी, गळ्यात उपरणं, कपाळावर गंधाचा टिळा लावलेले आजोबा चालले होते. म्हटलं स्थानिक दिसताहेत, त्यांनाच विचारू,

" आजोबा, प्राथमिक शाळा कुठं आहे हो ? "आमचा प्रश्न.

" कोणत्या नंबर ची, खालच्या अंगाची का वरच्या, कारण इथं पाच प्राथमिक आणि चार माध्यमिक शाळा आहेत. बर कोणाचं लग्न आहे हो ?"

" अहो, घोड्यावर मी बसलोय म्हणजे लग्न माझंच ना असेल ना ." मी ओरडून म्हणालो.

"तसं नाही हो, मुलगी कोणाची आहे ?"

" मुधोळकरांची."

"अहो, पण कोणते मुधोळकर, कारण इथं मुधोळकरांची चाळच आहे. मुलगा काय करतो हो ?"

"आजोबा, आम्हाला आधी कार्यालय सांगा. आमच्या सोबत चला हवं तर. तिथं सगळी माहिती सांगतो."

"नाही नाही, मला ही लग्नालाच जायचं आहे. मीच पत्ता शोधतोय. दुसऱ्या कोणाला तरी विचारा", असं सांगून आजोबा निघून गेले.

मग आम्ही ठरवलं. इथं पाचच शाळा आहेत. प्रत्येक शाळेत वरात घेऊन जाऊ.

पहिल्या नंबरच्या शाळेत गेलो तर तिथं ऑलरेडी एक नवरदेव एन्ट्री करत होता. मग आमची वरात दोन नंबरच्या शाळेकडे आली आणि तिथंच माझं नशीब माझी वाट पाहात होतं.

प्राथमिक शाळा क्रमांक दोन, इयत्ता दुसरी, तुकडी ब मध्ये माझं लग्न लागलं. सगळ्या भिंतीवर, ब्रह्मचर्य हेच जीवन, नेहमी खरे बोलावे, ठेविले अनंते तैसेचि राहावे अशी अनेक सुभाषित लिहिलेली होती. हातात वरमाला असताना मी त्या पाट्या वाचत होतो. वाचता वाचता लग्न कधी लागून गेलं कळलंच नाही.

" बच्चू, आता तरी नीट वागत जा बर. पोरकटपणा सोडून दे.लग्न झालंय तुझं ", मुलीला उपदेश द्यायच्या ऐवजी माझ्या बहिणी मलाच उपदेश देतं होत्या.

मान खाली घालून बायको नम्र पणाचा आव आणून सगळं ऐकून घेत होती.

तिला सगळ्यांनी नाव घ्यायचा आग्रह केला. आणि तिने तर नाव घेऊन बॉम्बच टाकला.

दहावीच्या परीक्षेत मिळाला गणितात दोनवेळा डच्चू l

पण त्यामुळे पदरात पडला माझ्या जोश्यांचा बच्चू ll

सगळे खी खी करत हसत सुटले. झालं बुवा असं आमचं लग्न. पर दुःख नेहमी शीतल असतं. बाहेरचे दाणे जात्यातल्या भरडल्या जाणाऱ्या दाण्यांना हसत असतात. हसा लेकांनो. प्रत्येकाला याच मार्गावरून जायचं आहे.

इतक्या वर्षांनी देखील , मी आहे म्हणून टिकली हे बायको मला अजून ठासून ऐकवत असते.

लग्न झाल्यानंतर बऱ्याच वर्षांनी मी लाडात येवून बायकोला विचारलं,

" अग मला होकार देण्यासारखं तू माझ्यात काय पाहिलं होतं."

तेंव्हा तिने जे उत्तर दिलं ते ऐकल्यावर कशाला मी हा प्रश्न विचारून स्वतःच्या पायावर दगड पाडून घेतला असं मला झालं, पण काही जणांना हात दाखवून अवलक्षण करून घ्यायची सवयच असते.

बायकोने म्हणाली," अहो माझे बाबा नेहमी म्हणायचे ज्याने महापाप केलं असेल ना, तोच तुला होकार देईल आणि त्याच्याशीच तुझं लग्न होईल. आणि तुम्ही हो म्हटल्यावर मी म्हटलं की हाच तो माझा महापापी महाप्रतापी सात जन्माचा नवरा आणि दुसरं असं की माझ्या मैत्रिणी मला नेहमीच सांगायच्या की अग खूप स्मार्ट नवरा करण्यापेक्षा थोडा बावळट आणि वेंधळा नवरा मिळाला तर लॉटरीच लागली असं समजायचं."

बायकोच उत्तर ऐकल्या पासून मी फारच अंतर्मुख झालोय हो. उत्तरा मध्येच माझं वर्णन आहे का कौतुक आहे अजून समजत नाही. शेवटी बायका म्हणजे एक कोडं असतं जे ब्रम्हदेवाला सोडवता आलं नाही ते मला सोडवता येईल अशी अपेक्षा ठेवणंच चुकीचं आहे.

शेवटी काय तर या सात जन्माच्या गाठी. आणि तुम्हाला तर हे चांगलंच माहिती आहे की नवीन नवीन तर चप्पल पण पायाला चावते म्हणून काय आपण चप्पल फेकून देतो, का पाय कापून टाकतो. शेवटी होतं सगळं व्यवस्थित. आता सगळं व्यवस्थित सुरु आहे असं समजायचं आणि आला दिवस ढकलायचा. पण काहीही म्हणा तुमच्या जवळ मन मोकळ केल्याने जरा हलक हलक वाटतंय. भेटली कुठं तर बोलू नका. नाहीतर शेळी जाते जीवानिशी आणि खाणारा म्हणतो वातड असं व्हायचं.

5

उंदीर

घरात उंदरांचा जाम सुळसुळाट झाला होता. किती म्हणजे किती त्रास द्यावा त्यांनी.बिनधास्त पलंगामध्ये काहीतरी कुरतडत बसायचे. काय कुरतडायचे देव जाणे. थोडं काठीने ठाक ठोक केलं की तेवढ्या पुरता आवाज बंद व्हायचा. थोड्या वेळाने परत कुरतडण सुरु व्हायचं. त्यामुळे झोप पूर्ण व्हायची नाही. परत उंदर काय नुकसान करत असतील यांची काळजीच लागून राहायची .

एकदोन वेळा एक उंदीर बायकोला स्वयंपाक घरात झर्रकन पळतांना दिसला. गॅस सिलेंडर च्या मागे जाऊन लपला. बायकोने काठीने बरीच आपटा आपटी केली पण तो पठ्ठा घाबरला नव्हता. बायको बराच वेळ काठी आपटत होती.

" तुला घाबरायला तो काही तुझा नवरा नाही, " अर्थात या माझ्या गमतीशीर बोलण्यात एव्हढं भडकण्या सारखं काय होतं कुणास ठाऊक.

" नुसत्या तोंडाच्या वाफा दवडण्या पेक्षा त्या उंदराला पकडा. मग काय ते बोला. स्वतः काही करायचं नाही. आणि दुसरं कोणी करतंय तर काहीतरी आचरटा सारखं बोलायचं. काय काय नुकसान करून ठेवलं आहे त्या उंदराने ते पाहायच्या ऐवजी नुसतं तोंड वाजवायला सांगा. अहो, मी तुमच्याशी बोलते आहे," बायकोने माझ्या हातात काठी देत म्हटलं.

मी पण शूर पणे ती काठी हातात घेतली. सिलेंडर ताकदीने लोटून भिंतीला पूर्ण टेकवून ठेवला. एका बाजूने उंदीर पूर्ण बंदिस्त झाला होता. आता दुसऱ्या बाजूने त्याला बाहेर काढायचा आणि बाहेर आल्याबरोबर दणका देऊन मारूनच टाकायचे. एकदम सोपी गोष्ट होती. मी बायकोला हळू आवाजात प्लॅन समजावून सांगितला.

" अहो, जोरात बोला ना दुपारी जेवलात ना दाबून. त्या उंदराला तुमचं बोलणं समजत नाही आणि समजलं असतं तरी इंटरेस्ट नसता. कळलं का. "

" हे बघ, उंदीर आतच आहे सिलेंडरच्या मागे. त्याला एका बाजूने मी पक्का अडकवला आहे. आता मी त्याला सिलेंडरला हलवून हलवून बाहेर काढतो. तू तो बाहेर आला की त्याच्या पाठीत काठी घाल." मी तिच्या हातात काठी देत म्हटलं.

" हळू बोला ना. माझे कान काही फुटले नाही आहेत " ती ओरडून म्हणाली.

आणि काठी हातात धरून जय्यत तयारीत उभी राहिली. मी सिलेंडर हलवलं, सांडशीने त्याच्यावर टोले मारले. सुळकन उंदीर बाहेर आला. त्या बरोबर , त्याचं वेळी बायकोने जोरात काठी हाणायला, त्याने निसटून जायला आणि मी, मेलो मेलो करून ओरडायला एकच वेळ झाली.

तिच्या काठीचा टोला उंदरा ऐवजी माझ्यावर पडला होता हे तुमच्या लक्षात आलेच असेल.उंदीर कुठे गायब झाला होता कळलंच नाही.

"पक्के धांदरट आहात. साधा उंदीर पकडता येत नाही." बायकोने मला सर्टिफिकेट दिलं.

ऑफिस मध्ये मात्र मी छाती पुढे काढून, गुंडांशी दोन हात केल्यामुळे टेंगुळ आल्याचं सांगितलं. अर्थात त्या वर कोणी विश्वास ठेवला नाही म्हणा.

दुपारी ऑफिस मध्ये परत बायकोचा फोन आला, की उंदरा बद्दल काहीतरी करा. तिला पुन्हा तो दिसला होता. तिचा फोन आल्याबरोबर माझा हात नकळत डोक्याच्या टेंगळा कडे गेला.

आमचा एक गणपत नावाचा शिपाई आहे. त्याला कान फुटेपर्यंत जरी जोरात बेल वाजवली तरी ऐकायला जातं नाही. पण असा एखाद्याचा खाजगी फोन आलेला असला की कितीही हळू आवाजात बोला त्याला लगेच सगळं स्पष्ट ऐकू येत. मी घामाघूम होऊन फोनवर बोलत म्हणजे ऐकत होतो तेंव्हा त्याचं पूर्ण लक्ष होतं माझ्याकडे.

" काय साहेब, पकडला का उंदीर." त्याने खवचटपणे हसत विचारलं. माझं डोकंच फिरलं होतं. पण त्याच पुढंच बोलणं ऐकल्यावर त्याच्यावरचा राग नाहीसा होऊन गेला.

" साहेब, उंदीर असा पकडायचा नसतो. एकदम सोप्प आहे. एक पिंजरा विकत घ्या. त्यात काहीतरी खायचं ठेवा. तो पिंजरा उंदराच्या येण्याजाण्याच्या मार्गावर ठेवा, बघा पिंजऱ्यात उंदीर पकडला जातो की नाही."

त्याचा सल्ला ऐकल्यावर माझा त्याच्या बद्दलचा आदर प्रचंड वाढला. त्याचे पायचं धरावेसे वाटले.

" अरे पण, मला उंदराचा पिंजरा कुठं मिळतो ते माहित नाही."

" तुम्ही कशाला जाता साहेब, मी आणून देईल ना. पैसे देऊन ठेवा. उद्या घेऊन येतो." त्याने एव्हढी खात्री दिल्यावर त्याला मी पैसे दिले.

" आता फक्त एक दिवस त्रास काढा साहेब."तो म्हणाला.

दुसऱ्या दिवशी त्याला रिकाम्या हाताने पहिल्या वर मी त्याला विचारलं की पिंजरा कुठं आहे, तर तो म्हणाला,

" दुकान बंद होते. आणि माझी तब्येतही ठीक नव्हती साहेब."खरेही असेल कदाचित, कारण त्याला धड बोलता पण येत नव्हते आणि डोळे लालभडक झाले होते.

सलग चार दिवस होऊन गेले पण पिंजरा मिळत नव्हता. काही ना काही अडचणी यायच्या. त्यामूळे त्याचाही नाईलाज होतं होता. शेवटी मीच थोडी चौकशी केली तर आमच्या घराच्या जवळच एक जनरल स्टोअर होतं तिथंच पिंजरा मिळाला. गणपत कडे पिंजऱ्याचे पैसे मागणं शोभत पण नव्हतं.

मी शूर वीरा सारखा पिंजरा हातात धरून हलवत आणला. आमचं टेन्शन आता संपणार होतं. आमचा शत्रू आता पकडला जाणार होता.

बायकोला म्हटलं," काहीतरी चमचमीत करून पिंजऱ्यात ठेव. म्हणजे तो उंदीर पकडला जाईल. नेहमीच मला डब्यात देते तसं ठेवलं तर तो ढुंकून पण पाहणार नाही."

आता यात चवताळण्या सारखं काय होतं, मलाच समजलं नाही.

"समजतात मला तुमची असली बोलणी. एव्हढं माझं जेवण खराब असतं तर बोलावून घ्या सासूबाईंना आणि मला द्या पोहोचवून माहेरी. "

"अग मी गंमत केली ", असं म्हणतं मी लगेच नांगी टाकून दिली." मस्त भजी कर कांद्याची. तुझ्या हातच्या कांद्याच्या भज्यांसाठी तर सात जन्म तुझ्याबरोबर काढावा लागला तरी चालेल."

ही एकदम खूष झाली. मस्त कांद्याची भजी केली. खूप मस्त झाली होती.मला तर सगळीच खाऊन टाकावीशी वाटतं होती. पण उंदरांसाठी बाकी ठेवावी लागली.

रात्री आम्ही पिंजऱ्यात भजी ठेऊन झोपलो. सकाळी उठून पाहिलं तर खरोखरच एक भलामोठा काळ्या मण्यांसारखे डोळे असलेला उंदीर पिंजऱ्यात पकडला गेला होता.

आमचा आनंद गगनात मावेना. पण तो उंदीर पण खूप निर्ढावलेला दिसत होता. आपण पकडले गेलो आहोत याबद्दल त्याला कणभरही खंत वाटतं नव्हती. अगदी मजेत असल्या सारखा त्याचा चेहरा दिसत होता. खरं म्हणजे या आधी इतक्या जवळून मी पण कधी उंदीर पाहिलेला नव्हता. त्या मुळे त्याच्या हालचाली

जवळून पाहणं खूप मजेचं वाटतं होतं.

आमच्या घरी पिंजऱ्यात उंदीर पकडला गेला आहे हे कळल्या बरोबर सगळ्या चाळीत एक उत्साह पसरला. एक एक जणं पाहायला यायला लागले.

"अहो, त्याला काही खायला वगैरे दिलं की नाही अजून. नाहीतर उपाशी मरायचा बिचारा." शेजारच्या काकू.

"अहो, काकू त्याला पाळला नाहीये आम्ही. पकडला आहे."

" म्हणून काय झालं, माणुसकी वगैरे काही असते की, आता एखादा कैदी पकडला किंवा चोर पकडला तर आपण का त्याला उपाशी ठेवतो की काय. असं करू नका, मुका प्राणी आहे तो. तुम्हाला झेपत नसेल तर मला सांगा. मी आणते काहीतरी त्याच्या साठी खायला. "

"काकू ऐपत काय काढता. असे छप्पन उंदीर पाळू शकतो आम्ही." माझी बायको पण चवताळली.

"मला तर वाटते ही उंदरीण असावी." एक मध्यमवयीन महिला त्या उंदराचं बारकाईने निरीक्षण करत म्हणाली. "मला तर वाटतं ही प्रेग्नन्ट असावी. अयायी ग, बिचारीच्या पोटात बाळं असतांना कसला वाईट प्रसंग आला आहे बिचारीवर. कुठं फेडतील हो ही पाप." मध्यमवयीन शाप देत म्हणाली.

" अहो, एव्हढा कळवळा आला आहे तुम्हाला तर घेऊन जा ना तुमच्या घरी बाळंतपणाला. जास्त शिकवू नका. समजलं ना." माझी बायको.

दरम्यान सात आठ मुलांची एक टोळी येवून त्या पिंजऱ्या भोवती येवून बसली. एक जणं त्याच्या साठी पाव बिस्कीट घेऊन आला होता. एक बदमाश मुलगा त्याला काडी टोचून बघत होता. मुलं अगदी मन लावून त्याच्या हालचाली पाहात बसली होती.

आमचा चहा नाश्ता सगळं राहिलं होतं. मुलांच्या समोर त्यांना न देता चहा पाणी घेणं योग्य वाटतं नव्हतं. म्हणून आम्ही सगळ्यांसाठी नाश्ता बनवला.

नऊ वाजेच्या सुमारास आमच्या गल्लीतले भजन मंडळात मृदूंग वाजवणारे काका आमच्या घरी आले. चहा पाणी झाल्यावर म्हणाले,

" तुमच्या घरी उंदीर पकडला गेला आहे म्हणे." काकांनी विचारलं.

"हो ना काका, हा काय पिंजऱ्यात पकडला आहे." काका पिंजऱ्या जवळ गेले. उंदराला मनलावून पहिल्या नंतर, एकदम माझे हात हातात घेऊन हात जोडून म्हणाले, "धन्य आहात जोशी बुवा. "

"एक उंदीर पिंजऱ्यात पकडला गेलाय, त्यात काय धन्य असण्यासारखं काय आहे."

"अहो, आज काय तिथी आहे माहिती आहे का. आज संकष्टी चतुर्थी आहे. गणपतीचा दिवस. आणि नेमकं त्याच दिवशी त्याच वाहन तुमच्या घरी आलं यात तुम्हाला काहीच दैवी संकेत दिसत नाही."

"काका, हा भयंकर बदमाश उंदीर आहे. याला ठार करावं लागणार आहे. माझे किती महत्वाचे कागद याने कुरतडले आहेत. तुम्हाला काय माहित."

"अहो, पण तुमचे कागद कुरतडणारा उंदीर हाच आहे कशावरून. कशाला उगाच पापाचे धनी होता अजून."

"हे पहा काका, हा तोच उंदीर आहे की नाही माहित नाही. पण याला तर मारावचं लागेल."

"असं बर कराल. तुम्ही काहीही कराल आणि आम्ही ते भोगायचं का म्हणून." काका पण ऐकत नव्हते.

"तुम्हाला कशाला भोगावं लागणार. काय संबंध तुमचा त्याच्याशी." मी पण चिडलो होतो.

"अहो, महाराज, तुम्ही केलेलं पाप सगळ्या चाळीला भोगावे लागेल. जर तुम्ही त्याला मारणार असाल तर मी आमरण उपोषण करीन, समजलात काय." काकांनी धमकी दिली.

माझी ऑफिसला जायची वेळ होतं होती. पण उंदीर मारायला हवा की सोडायला हवा अशा दोन मताचे लोकं भरपूर जमा झाले आणि वादविवाद सुरु झाले. त्यात ऑफिस बोंबललं.

शेवटी असा सामोपचाराचा मार्ग निघाला की उंदराची गणपतीच वाहन म्हणून पूजा करायची. त्याची आरती वगैरे करून क्षमा मागायची आणि त्याला पाण्यात सोडून यायचे.

झालं, सगळ्यांनी एकदम गलका केला. चतुर्थी असल्याने सगळं वातावरण भक्तिमय झालेलं होतं. एकेक बाईने येवून त्याला हळदी कुंकू वाहिलं. त्याची नाक घासून क्षमा मागितली. मग टाळ मृदूंग वाले जमा झाले. जोरदार आरती सुरु झाली. हळदी कुंकू अंगावर पडल्याने तो उंदीर पण धार्मिक दिसायला लागला होता.

शेवटी नारळ फोडून, प्रसाद वाटला. आणि तो उंदीर पाण्यात सोडायला मी पिंजरा घेऊन निघालो तेंव्हा अनेक बायकांनी डोळ्याला पदर लावला, अनेकांनी हात जोडले. माझ्या सोबत छोटे छोटे पोरं आली होती. आमच्या घराजवळच नाल्याची भिंत होती. त्या पाण्यात मी त्याला सोडायचं ठरवलं.

भिंतीवर उभं राहून मी पिंजरा झटकला. पण तो उंदीर खाली पडेचना. जोरदार झटकला तर उलटा माझ्याच हातावर चढून आला. त्या बरोबर पिंजरा पाण्यात पडला आणि उंदीर नाल्या काठच्या भिंतीवरून सुसाट पळत गेला आणि माझ्या आधी घरात जाऊन पळाला.

हे मी स्वतःच्या डोळ्यांनी पाहिलं. पण बायकोला अजिबात सांगितलं नाही, उंदीर निसटल्याचं आणि पिंजरा पाण्यात पडून वाहून गेल्याच.

दुसऱ्या दिवशी, मला सकाळीच बायकोच्या किंकाळीने जाग आली." अहो, उठा उठा." ती कोळश्याच पोतं हलवावं तसं हलवून मला उठवत होती.

"काय झालं.?" मी विचारलं.

तिने दाखवलेल्या टेबलाच ड्रॉवर उघडून पाहिलं तर आत मध्ये सात आठ डोळे न उघडलेली उंदरांची छोटी छोटी पिल्लं ची ची करत होती.

मी अलगद सगळी पिल्लं कागदात गुंडाळली आणि इकडे तिकडे कोणीच पाहात नाही असं पाहून गुपचूप पाण्यात टाकून आलो.

6

लॉकडाऊन मधली आवराआवरी

लॉक डाऊन मधला असाच कोणतातरी एक दिवस होता. मी आपला नेहमी सारखा कधीही न भेटलेल्या मित्रांसोबत (मैत्रीणी नाही बरं) चॅटिंग करत बसलो होतो. तेव्हढ्यात बायकोचा ठेवणीतला आवाज ऐकू आला.

" अहो, थोडीशी हालचाल करत जा जरा. चोवीस तास तो पलंग आणि मोबाईल. बघत काय राहिला आहात असे. मी तुमच्याशी बोलते आहे. कसं काय तुम्हाला असं चोवीस तास अजगरा सारखं पडून राहायला आवडतं कुणास ठाऊक. थोडी घरकामात मदत केली तर बघू या ना आपण तुम्हाला काही त्रास होतो की काय ते. ते काही नाही. उद्या आपण घर आवरायला घेऊ या. घरात जी कपाट आहेत ना, जरा त्यातला कचरा काढून टाकू या."

अर्थात ती ज्याला कचरा म्हणते ती असतात माझी पुस्तकं आणि एक एक पुस्तकं हातात घेऊन,

" हे पुस्तकं मी दहा वर्षा पासून कधीची बघतेय. एकदाही हातात घेतलेलं नाहीये. हे, पुस्तकं काय तर शाळेतलं आहे. अहो, एव्हढी पुस्तकं वाचता तुम्ही पण वागण्यात काही सुधारणा आहे का."

असं ऐकत ऐकत बऱ्याच वेळा आवरा आवरी या आधी केलेली होती. म्हणून या वेळी म्हटलं, "तुझ्या कपाटापासून सुरुवात करू या."

झालं सकाळी सकाळी तिचं कपाट आवरायला मी सुरुवात केली. त्या कपाटात काय नव्हतं. जुने कपडे, साड्या, ड्रेस, जुन्या पर्स, ड्रॉवर मध्ये बांगड्या, कानातले,काही कागद असलेल्या पिशव्या, बँकेची पुस्तकं असंख्य गोष्टींच

गोष्टी.

कपाटातले सगळे कपडे एक एक एक करून खाली टाकले तेंव्हा तो कपड्यांचा ढीग एव्हढा मोठा दिसायला लागला की गणपती डेकोरेशन मध्ये आजूबाजूला डोंगर दाखवतात ना तसा तो ढीग वाटत होता.

अचानक त्या गोंधळात तिला एक मोरपंखी रंगाची साडी दिसली.

"अय्या, बघितली का. कधीची शोधत होते मी. आठवते ही साडी तुम्हाला. कशी आठवेल म्हणा. चित्त ठिकाणावर हवे ना. अहो, तुम्ही मला बघायला आला होता. तेंव्हा नाही का मी हीच साडी नेसून तुमच्या समोर आली होती आणि तुम्ही मला हो म्हणाला होतात."

बायको अत्यंत प्रेमाने त्या साडीवरून हात फिरवत म्हणाली. मी भयचकित नजरेने त्या साडीकडे बघितलं. "असं का, ही होती होय ती, साडी तू नेसलेली तेंव्हा.. मला वाटलं की गुलाबी रंगाची.. माझ्या डोक्यातला हा फरक अजून कधी संपलेला नाही."

"अहो, गुलाबी साडी नेसलेली होती ती माझी मामे बहीण. तिच्या कडे बघता बघता नाही का तुम्ही कढी समजून तुपाची वाटी तोंडाला लावली होती.अजून बरी आठवते हो तुम्हाला ती. विसरा जरा तिला आता. चार मुलांची आई झालीय ती. आणि नवरा पण किती हौशी आहे. दरवर्षी कुठं ना कुठे नेत असतो. नाहीतर आपलं ना कुठं जाणं ना कुठं येणं. कसली हौस नाही. नशीबच फुटकं त्याला कोण काय करणार." बायकोच स्वगत सुरु झालं.

"अग पण आपणही गेलो होतो ना, नाशिकला लग्ना नंतर." मी तिला आठवण करून दिली.

"त्या ऐवजी वारीला गेलो असतो तर बर झालं असतं." बायको ऐकायलाच तयार नव्हती.

आता नाशिकला आम्ही गेलो लग्नानंतर तर थोडा त्रास झाला होता म्हणा आम्हाला. पण माझ्या मुळे नाही. आम्ही तिथं रामकुंडावर गंगे काठी फिरत असतांना दोन चार भटजी लोकांनी आम्हाला गराडा घातला होता. कुठल्या गावचे आहात वगैरे चौकशी करायला लागले आणि म्हणाले," तुमचं अस्थिविसर्जन किंवा दहावं अकरावं कोणतंही कामं एकदम स्वस्तात करून देऊ."

काय मनस्ताप झाला होता राव. ती टोळी ऐकायलाच तयार नव्हती.आम्ही आलो कशासाठी आणि आम्हाला ते सारखं हे करून घ्या ते करून घ्या. शेवटी त्यांच्या पासून सुटका व्हावी म्हणून मी बायको जवळ सांभाळायला कपडे दिले आणि सरळ गंगेत उडी मारून अंघोळीला गेलो. अंघोळ करून बाहेर आलो तर

माझे कपडेच गायब झालेले होते. मग काय झालं ना गंगेच्या साक्षीने रणकंदन. मी अक्षरश: उघड्या अंगावर सर्व वार झेलले. जेंव्हा मी मान्य केलं की कपडे चोरीला जाण्यात माझाच दोष होता. अशा परक्या ठिकाणी मी कपडे काढून अंघोळीला जायलाच नको होतं आणि पुन्हा असं करणार नाही असं सांगितल्यावर कुठं मॅडम खूष झाल्या. मी ओल्या कपड्यातच असतांना एक भटजी परत धावत आला आणि म्हणाला साहेब गंगेच्या काठावर दिलेलं दान फार महत्वाचे असते. मी जाम चावताळलोच एकदम त्याच्यावर.जवळ जवळ धावूनच गेलो त्याच्यावर, तेंव्हा कुठं त्यांनी माझी पाठ सोडली.

असंच लग्नाच्या आधी पण असाच गोंधळ झाला होता. मॅरेज नोटीस द्यायला म्हणून आम्ही दोघ बांद्रा मॅरेज कोर्टात सगळ्यांच्या आधी जाऊन पोहोचलो होतो तर आम्हाला पहिल्याबरोबर काळेकाळे कोट घातलेल्या वकिलांची एक टोळीच आमच्या अंगावर धावून आली. एक जण हात ओढतोय, दुसरा शर्ट ओढतोय, तिसरा पॅंट ओढतोय.

" साहेब पंधरा मिनिटात तुम्हाला घटस्फोट मिळवून देतो,तोही खावटी फ्री. ते पण एकदम स्वस्तात."

आम्ही त्यांना खूप पटवून सांगायचा प्रयत्न केला की आम्हाला लग्न करायचं आहे अजून. पण एकही जण ऐकून घेत नव्हता. आम्हालाही गोंधळायला झालं होतं नेमकं काय करावं आधी घटस्फोट घ्यावा की आधी लग्न करावं.

कुठली गुलाबी साडी शब्द तोंडातून निघाला आणि काय काय ऐकून घ्यावं लागलं.आणि काय काय आठवलं बघा.

बायको बडबडत होती.

" माझ्या तर तेव्हाच लक्षात आलं होतं की तुमचं चित्त ठिकाणावर नव्हतं म्हणून कारण अंतरपाट धरलेला असतांनाही तुमचं लक्ष तिच्या कडेच होतं.माझ्या मागेच तर उभी होती ना ती. म्हणून तर गडबडीत भटजीच्याच गळ्यात हार टाकणार होते तुम्ही."

"अग ते चुकून झालं होतं. मी तूला हार घालायला आणि त्याच वेळी कोणीतरी तूला वर उचलायला आणि भटजी मधे यायला एकच वेळ झाली त्याला मी तरी काय करू."तिला मी हे आतापर्यंत कितीतरी वेळा सांगून चुकलो आहे. पण तिला ते पटतच नाही.

"बर मग ही मोरपंखी साडी काढून टाकायची का. बोहारणीला देऊन एक छान डब्बा तरी घे." माझी हळूच सूचना.

"मला वाटलंच, बरोबर तुम्ही हीच साडी काढायला सांगणार म्हणून. अजिबात नाही. त्या पेक्षा तुमच्या बहिणीने लग्नाच्या आहेरात दिलं आहे ना पोतेरं ती साडी देऊन टाका ना बोहारणीला. "बायकोने जिव्हारी लागणारा घणाघाती प्रहार केला.

मग असंच व्हायला लागलं. मी एखादा कपडा काढला की जर तो माहेरचा असला तर त्याचा पूर्ण इतिहास ऐकून ऐकून पुन्हा घडी करून ठेवावे लागतं. असं करता करता कपाट काहीच खाली झालं नाही.

एका जुन्या गाठोडयात तिने लग्ना नंतर माझ्या साठी विणलेला एक स्वेटर आणि कानटोपी पण सापडली. त्या वस्तू पाहिल्यावर तिचा आनंद तर गगनात मावेना.

" ओह, किती छान विणला होता ना मी तुमच्या साठी आणि ते घातल्यावर तुम्ही दिसायचा देखील किती गोड. रंग बघा ना अजूनही किती छान दिसताहेत. आज माझ्या साठी पुन्हा एकदा घालून दाखवांना गडे."

तिच्या डोक्यात कशी काय कल्पना आली कुणास ठाऊक.मग ती गोष्ट पूर्ण करून घेण्यासाठी ती हट्ट काय करते, रुसून काय बसते. मग ऐकावंच लागतं. खरं तर तिने विणलेलं स्वेटर तेंव्हाच एव्हढं घट्ट झालं होतं की कसं बस ते मी घातलं होतं आणि कानटोपी तर आउटडेटेड फॅशन झाली होती. पण हिच्या पुढे काही काही वेळा काय कोणत्याच वेळी काही चालतं नाही.

कपडे आवरण्याच्या कामात आता स्वेटर घालायचा कार्यक्रम सुरु झाला.

" अग ते जाणार नाही, तेंव्हा मी लहान होतो."

मी विरोध करत होतो. पण मला माहित होतं की माझ्या पुढे दुसरा पर्याय पण नाहीये. आटोकाट प्रयत्न करून डोकं घुसवलं, हात घुसवले त्या स्वेटर मध्ये, पण काही केल्या ते छातीच्या खाली जाईच ना. इंग्लिश पिक्चर मधल्या हिरोईनी कश्या अर्धवट उघड्या असतात ना तसं ते स्वेटर आणि त्यात ती कानटोपी. देवा देवा, काय भयानक दिसत होतो मी. त्यात बायकोने केंव्हा फोटो काढले माझे आणि अपलोड केले पण मला कळलंच नाही. कसलं कौतुक सुरु होतं त्या स्वेटर च विचारूच नका. ते कपडेपण पुन्हा कपाटात ठेवले गेले.

हा माझ्या कपड्यांमध्ये मात्र माझ्या जुन्या अंडरपॅन्टा, जाळीदार बनियन, जुने शर्ट, पॅन्टा बऱ्याच सापडल्या. त्याचं मात्र पायपुसणं करायचं म्हणून तिने लगेच डिक्लेअर केलं. लगेच ते कपडे बाजूला फेकले पण गेले.

एकाएकी ड्रॉवर मधे कुठे कुठे लपवून ठेवलेले पैसे सापडले. अर्थात ते तिला नेहमी माहेरून दिवाळीला, भाऊबीजेला मिळालेले असल्याने त्या पैशांना हात लावल्या बरोबर पोलीस गुंडांशी बोलतांना कसा ठेवणीतला आवाज काढतो तशा

आवाजात ती एकदम ओरडली,

" अजिबात त्या पैशांना हात लावायचा नाही सांगून ठेवते.व्हा बाजूला, ठेवा ते पैसे तिथेच. मोजता काय. ठेवा ते पैसे तसेच."

ती किंचाळत म्हणाली." उठा, उचला तो तुमचा मोबाईल. आणि बसा पलंगावर. मी आवरते माझं कपाट. माझ्या नशिबात सुखं आहेच कुठं म्हणा. मी काही करायला सांगितलं की यांच आपलं तिसरंच काही तरी असतं. त्या पेक्षा तिची लग्नात गुलाबी साडी नेसलेली मामे बहीण किती नशीबवान आहे. भांडी घासण्या पासून धुणी धुण्या पर्यंत सगळी कामं करतो " असं म्हणतं तिने डोळ्याला पदर लावला आणि हळूच पैसे मोजून घेतले.

7

आमचा भाडेकरू

आमचं एक एक्सट्रा ब्लॉक होता. तो भाड्याने द्यायचा की नाही यावर बरीच चर्चा झाली. तो भाड्याने द्यावा असं हिचं म्हणणं पडलं कारण हिच्या चुलत भावाला तो भाड्याने पाहिजे होता.

मग घरात दोन तट पडले एक भाड्याने द्यायच म्हणणारा आणि दुसरा रिकामं राहू दया म्हणणारा.माझं म्हणणं रिकामं राहू द्यावं असं होतं. अर्थात मी कुठलीही बाजू घेतली असती तरी माझं कुणी ऐकलं नसतंच म्हणा, म्हणून आपलं, हो हो, नाही नाही करत माझंही संसारात लक्ष आहे दाखवायचं नाटकं मी करत राहीलो.

त्या दिवशी काय झालं हिचा चुलत भाऊ अचानक घरी आला. बिचाऱ्याला राहण्यासाठी जागाच नव्हती. आता हिचा चुलत भाऊ म्हटल्यावर हो म्हणण्या खेरीज माझ्या जवळ दुसरा काही पर्यायच नव्हता.

एकदिवस तो डायरेक्ट घरीच आला. आणि सारखं,

" हिला ताई, काय मस्त घर ठेवलं आहे तू, बाकी संसार करावा तर तूच. आणि तब्येती कडे किती दुर्लक्ष केलं आहे. कधी आरशात बघितलं आहे का स्वतःकडे किती वाळली आहे ती."

असा काहींच्या काही बडबडायला लागल्या वर तर हिच्या डोळ्यात पाणीच आलं. ते काही केल्या थांबेच ना. दोघा बहीण भावाच्या माहेरच्या मायेच्या गप्पा संपल्यावर तो शेवटी मूळ मुद्द्यावर येवून म्हणाला,

" ताई माझ्या साठी एखादी रूम बघ ना.भाड्याचा काही प्रश्न नाही. पण जागा चांगली पाहिजे. तुझ्या ओळखीने लगेच मिळून जाईल. मग मी गावी जाऊन हिला (म्हणजे त्याच्या बायको मुलांना)बोलावून घेईल. "

आता हिचं एव्हढं कौतुक केल्यावर आणि सख्खा चुलत भाऊ म्हटल्यावर, हिला कळवळा न सुटला असता तर नवलच.

" अरे इकडं तिकडं कशाला रूम शोधायची, दोन बिल्डिंगा सोडून आपला एक चांगला टू रूम किचन ब्लॉक आहे, त्यात सामान टाक ना तू." ती कृतकोपाने म्हणाली.

त्या वर त्याने असा आव आणला की बस." नको बर ताई. आपसात व्यवहार नको. उगाच संबंध खराब होतात. आणि हो, जर तू इथल्या बाजार भावानुसार भाडं घेत असशील तरच मी राहिलं. नाही तर अजिबात नाही."

मग हिने जास्तच हट्ट केला तेंव्हा तो घर पाहायला तयार झाला. तो ब्लॉक दाखवतांना हिचा आव काय वर्णन करावा,

" अरे मी होती म्हणूनच हे दुसरं घर झालं. नाही तर यांना कुठं खबर लागली असती.माझ्या मुळे स्वस्तात मिळाला" वगैरे वगैरे.

तो पण, सगळं घर पाहता पाहता म्हणाला,

" मस्त आहे ग ताई. तुझी हरकत नसेल तर राहतो मी इथे काही दिवस भाड्याने.फक्त जिजुंनी हरकत नको घ्यायला."

"हरकत काय असणार रे त्यात. आणि त्यांना हरकत कशाला राहील. तू काय फुकट थोडाच राहणार आहे. मोजून भाडं घेणार आहेत ना ते." इति बायको.

" मला काय वाटत ताई. नाहीतरी हे घर तुझं काय आणि माझं काय एकच तर आहे. तर थोड्या सुधारणा करून घेतल्या तर, काही हरकत नाही ना. म्हणजे रंग वगैरे देऊन घेतला तर लाईफ पण वाढत ना घराचं."

मग काय विचारता. त्याने नुसतं सुचवल्या बरोबर हिला ते पटलं.

"तू कशाला खर्च करतोस. यांना सांगून मी रंगवाल्यांना बोलावून घेते ना" मग रंगवाल्यांना सांगून झालं.

" ताई, माझ्या बायको मुलांनाही घर पाहायला बोलावून घेतो" असं सांगून लगेच त्याने फोन करून आपल्या बायको मुलांना बोलावून घेतलं. लगेच तिसऱ्या दिवशी ती सगळी मंडळी आमच्या घरी मोजकं सामान घेऊन हजर झाली. आता त्यांनाही काही आमच्या घरी राहण्याची हौस नव्हती म्हणा पण आता त्याच्या भाड्याच्या घराचा रंग देऊन वगैरे होई पर्यंत त्यांना नाईलाजाने आमच्या घरी उतरावं लागलं होतं, असं तिच्या चुलत भावाने कितीतरी वेळा बोलून दाखवलं, तेंव्हा मात्र ही चिडली आणि म्हणाली,

" हे बघ दादा तू जर असं परक्या सारखं सतत बोलत असशील तर त्या पेक्षा दुसरंच घर शोध तू. अशा वेळी नातेवाईक कामाला नाही येणार तर मग कधी

येणार. काय हो," त्या संभाषणात मला अचानक ओढल्याने मी गडबडून ,"बरोबर आहे, बरोबर आहे "असं म्हणतं राहिलो.

मग त्या सगळ्यांचा मुक्काम आमच्याच घरी पडला. त्यात त्याच्या मुलांचे नखरे जाम भारी. एकाला बोर्नव्हीटा पाहिजे असायचा तर दुसरा फ्लेक्स शिवाय कशालाच तोंड लावायचा नाही .एकाला एक पदार्थ आवडायचा तर दुसऱ्याला दुसरा. पुन्हा दोघं पोरांचे टीव्ही चॅनेल वरून पण भांडण व्हायचे. त्यात दोघांना एसीची सवय. त्या मुळे ते कुटुंब आत एसी लावून झोपायचं आणि आम्ही हॉल मधे. असं काय काय आम्हाला सहन करावं लागलं.

त्यात त्या पोरांना बाहेर खेळायला पाठवलं तर भर दुपारी सगळ्या ब्लॉकच्या बेल वाजवून यायचे.नाहीतर कोणाच्या दुधाच्या पिशव्याच काढून आण नाहीतर कोणाचे पेपर काढून आण, कोणाच्या गाड्यांच्या हवाच काढून टाक असे अनेक उपद्व्याप करायचे अन मग आम्हाला फावल्या वेळात लोकांशी भांडण करणं वगैरे कामं करावी लागायची." जाऊ दया, पाहुणे आहेत, थोड्याच दिवसात जाणार आहेत ते ",अशी कशी बशी आम्ही शेजाऱ्यांची समजूत घालायचो.

शेवटी दोन महिन्यानंतर ब्लॉकचा रंग देऊन झाला. आता उद्या हिचा भाऊ तिकडे राहायला जाणार या आनंदात मी होतो. तेव्हढयात तो म्हणाला,

" ताई, थोडं फर्निचर जर बनवून घेतलं तर कसं वाटतं तुला. शेवटी काय ती तुझीच प्रॉपर्टी आहे. एक कॉट, एक सोफा, एक वॉर्डरोब आणि एक ड्रेसिंग टेबल बनवून घेतो.म्हणजे काय तिकडून उगाच सामान आणायला नको."

हिला काय, भावानेच असं म्हटल्यावर एकदम प्रेमाचा उमाळा आला. लगेच फर्निचरच काम सुरु झालं. झालं, त्याच जाण अजून लांबलं. त्यालाही आमच्या कडे कुठं राहायला आवडत होतं. पण त्याचाही नाईलाज होतं होता.आता ते कामं करणारे लोकच पटापट कामं आटपत नसतं त्याला तो तरी काय करणार.

बघता बघता त्याला आमच्या कडे येवून सहा महीने होऊन गेले होते. आता हे रंग कामं, फर्निचर आमचंच असल्याने आम्हालाच खर्च करावा लागत होता. आता फक्त एसी बसवायचा राहिला आणि त्या नंतर गॅस वगैरे किरकोळ गोष्टी घेता घेता दोन एक महीने होऊन गेले.

शेवटी नवीन घरात जायची वेळ आली. पण मुलं या दरम्यान आमच्या एव्हढया अंगावर झाली होती की तिकडं जायलाच तयार होईनात. गेले तरी फक्त झोपण्या पुरतीच जातं. बाकी जेवण खाण इकडंच असायचं.

सहा महीने होऊन गेले. त्या ब्लॉक वर आमचा दुरुस्तीचा प्रचंड खर्च होऊन गेला होता. त्यात तो तिथं राहायलाच गेलेला नव्हता तर भाडं तरी कोणत्या तोंडाने

मागणार होतो आम्ही.

एकदाचा तो तिकडं राहायला गेला. आणि त्याच येणं हळूहळू कमी होऊन गेलं. दिवसा मागून दिवस आणि महिन्यांमागून महीने लोटले. पण हिच्या भाऊ रायाकडून एकदाही भाडं मिळालं नाही.ना बरेच दिवस त्याच्या कडून काही खबर आली. बरेच दिवस झाले तो आमच्या कडे फिरकलाच नव्हता.

शेवटी वाईटपणा झाला तरी चालेल असं ठरवून आम्ही दोघेही त्या ब्लॉक वर गेलो. तर तिथं भलं मोठं कुलूप लावलेलं दिसलं आणि कडीला लाईट बील खोचलेलं दिसलं. लाईट बिलावरचा पंचवीस हजाराचा आकडा पहिल्यावर मला तर भोवळच आली. तिथल्या लोकांनी सांगितलं की जवळ जवळ आठ दहा दिवसा पासून ते लोकं तिथं नाहीयेत. नंतर कळलं की हिच्या चुलत भावाने आमच्या नावाने उधारीही खूप करून ठेवली होती आणि ते लोक आता आमच्या इथे येवून तगादा लावत होते.

मी हिच्या गावी फोन लावला. तर माझ्या सासुरवाडीच्या लोकांनी मलाच चार गोष्टी सुनावल्या.

" तुम्ही पण काय जावाई बापू, अहो ती पडली मुलखाची भोळी. तिला व्यवहार काय समजणार. आणि तुम्ही आता जेव्हढी चौकशी करता आहात तेव्हढी घर भाड्याने देण्यापूर्वी केली असती तर चांगलं नसतं का झालं. अहो,तरी नशीब चांगलं समजा तुमचं. त्या चुलत भावाने कितीतरी लोकांना पार धुवून काढलं आहे. तुम्ही तर एव्हढे हुशार की पुस्तकं लिहीता आणि तुम्हाला माणूस कसा ओळखता आला नाही. "

काय बोलणार, आपलेच दात आपलेच होठ. तो गेला पण त्याने करून ठेवलेल कर्ज, लाईट बील अजून आम्ही फेडतोय.

बायको मात्र बिचाऱ्याच्या बायकोची जातांना ओटीपण भरली गेली नाही म्हणून अजून हळहळत असते.

8

फ्रिज

या दिवाळीत आम्ही फ्रिज घेणार असल्याची बातमी चाळीमध्ये सगळीकडे खूप झपाट्याने पसरली. त्या मुळे महिला मंडळात बायकोची व्हॅल्यू खूप वाढली होती. तुमचं काय बाई, तुम्ही मोठी लोकं, असं त्या बायकांनी म्हटलं की बायको खूष होऊन जायची. फ्रिज घेतला की काय काय करायचं याची स्वप्न आम्ही पाहायचो.

दिवाळीची आतुरतेने वाट पाहात होतो. जसजशी दिवाळी जवळ येवू लागली तस तसे आम्ही खूप उत्साही होतं चाललो होतो. कोणता फ्रिज घ्यावा हे आमचं ठरत नव्हतं. ज्यांच्या घरी फ्रिज नव्हता किंवा ज्यांनी अजून फ्रिज पण पाहिलेला नव्हता अशा अनेक लोकांनी आम्हाला सल्ले द्यायला सुरुवात केली.

बायको पराकोटीची धार्मिक. तिने एका गुरुजींना बोलावून आणले आणि फ्रिज घरी आणण्यासाठी मुहूर्त बघायला सांगितलं. मी नुकताच ऑफिस मधून आलो होतो. जाम तहान आणि भूक लागली होती. त्यात हे महाराज पंचांग उघडून बसले होते. बायको भक्ती भावाने त्यांच्या समोर बसलेली होती. मी बायकोला खाणाखुणा करून हे कोण विचारलं.

"अहो, हे काशिनाथशास्त्री. फ्रिज कधी घ्यायचा मुहूर्त काढायला त्यांना मीच बोलावलं आहे."

"अरे, मुहूर्त काय पाहायचा त्यात. बोनस झाला की लगेच आणू या."

"नाही बर, अजिबात नाही.", गुरुजी ठाम पणे बोलले. " हे बघा, माझं काम आहे तुम्हाला सावध करणं नंतर बोलू नका की आधी का सांगितलं नाही ते.साहेब, तुमचा हात बघू जरा. "

खरं तर माझा अशा गोष्टीवर अजिबात विश्वास नाही. पण बायको ला वाईट वाटेल म्हणून त्यांना मी हात दाखवला. आणि काय सांगताहेत ते ऐकायला

लागलो.

" साहेब, मोठा प्रॉब्लेम आहे तुम्हाला. शांती करावी लागेल."

मी त्यांच्या हातातून हात हिसकावून घेत म्हणालो,

" हा काय चावटपणा आहे. फ्रिज घ्यायला कधी पूजा करावी लागते ऐकलंय का कधी."

तेव्हढ्यात बाजूला राहणाऱ्या काकू, "थोडं दूध आहे का" विचारायला आल्या आणि गुरुजींना पहिल्यावर तिथंच उभ्या राहिल्या आणि न विचारता सल्ला द्यायला लागल्या,

" हो बर, बाई. पूजा करून घ्या. एव्हढा मोठा महागाचा फ्रिज घेणार. थोड्या खर्चा कडे नका बघू. यांच्या ऑफिस मधल्या साहेबांनी असंच बिना पूजा करता फ्रिज घेतला आणि दोन दिवसात घरात पाय घसरून खाली पडले ओल्या फारशींवरून ."

" अहो, पण मी म्हणते करून घेऊ या ना, शांती गुरुजी म्हणतात तर." असं ही एकदा माझ्याकडे आणि नंतर गुरुजींकडे वळून म्हणाली, " तुम्ही यांच्या कडे लक्ष नका हो देवू हो गुरुजी. तुम्ही यादी द्या आणि पूजेचा दिवस ठरवा."

गुरुजींनी एक तास बसून आठवून आठवून यादी बनवून दिली. त्या दरम्यान त्यांनी दोन वेळा दूध, केळी आणि थोडे ड्राय फ्रुट घेतले. काकू पण मधून मधून त्यांना विसरलेल्या गोष्टींची आठवण करून देतं होत्या. शेवटी पूजेचा दिवस आणि दक्षिणा पक्की ठरवून गुरुजी गेले.

पूजा झाली एकदाची. बरीच मोठी पूजा होती. एव्हढी मोठी पूजा चुपचाप कशी करणार. म्हणून काही मित्रांना आणि नातेवाईकांनाही बोलावले होते. पाच पंचवीस पान जेवायची होऊन गेली. त्या मुळे तर फ्रिजची जाहिरात जास्तच झाली.

जेवण झाल्यावर गुरुजी वगैरे गेल्यावर मी निश्चिन्त झालो. अचानक माझ्या चुलत बहिणीने विचारलं," पण फ्रिज कुठं ठेवणार."

" सगळे जिथं ठेवतात तिथंच ठेवणारं ना. अर्थातच स्वयंपाक घरात." मी ठासून म्हटलं.

" तसं नाही रे. मी दिशा विचारतेय. कुठल्याही दिशेला ठेऊन कसं चालेल. वास्तू शास्त्रज्ञाला बोलवायला पाहिजे."

" वास्तुशास्त्रज्ञ ?", माझ्या तर पोटातच गोळा आला. "हा, काय प्रकार आहे."

"काळजी करू नका. माझा एक मित्र आहे तो व्यवस्थित गायडन्स करेल." माझ्या ऑफिस मधला एक मित्र म्हणाला.

दुसऱ्या दिवशी मी घरी आलो तर एक माणूस सगळ्या बाजूने घराचं निरीक्षण करत होता. त्याच्या जवळ होकायंत्र पण होते. तो कधी होकारार्थी मान हलवायचा तर कधी एखाद्या भिंतीवर हात आपटून नकारार्थी मान हलवायचा.

शेवटी बऱ्याच कॅल्क्युलेशन नंतर तो म्हणाला, साहेब घरात चेंजेस करावे लागतील. विद्युत शक्ती आणि अग्नी यांचा संबंध आहे. भिंत थोडी बदलावी लागेल.

माझ्या तर तो काय बोलतोय तेच समजेना. भिंती बदलवायच्या म्हणजे.

अहो, आग्नेय दिशेला पाण्याचा संबंध नको. विरुद्ध तत्त्व एकत्र आली तर मोठा घोटाळा होईल. त्या पेक्षा एक दोन भिंती बदलवून घेतल्या ना तर काहीच प्रॉब्लेम होणार नाही.

आता त्याला काय सांगणार. माझं सगळं आयुष्य विरुद्ध तत्वाशी तडजोड करण्यातच गेलं आहे म्हणून. " माझा या असल्या गोष्टींवर अजिबात विश्वास नाही." मी जिवाच्या आकांताने म्हणालो. पण माझं कोणी ऐकायच्याच तयारीत नव्हतं .

"तुम्ही त्यांना काही विचारू नका हो. काय काय करायचं फक्त मला सांगा." बायकोने मला सरळ मोडीत काढलं. मग तर त्या माणसाला जास्तच चेव आला, तिची स्तुती करत तो म्हणाला," ताई तुम्ही लक्ष्मी आहात घरातल्या. तुमच्या मुळे साहेबांचं भाग्य आहे. "

मग तर काय विचारूच नका. बायकोने त्याला डोक्यावरच घ्यायचं बाकी ठेवलं.

दुसऱ्या दिवशी घरी आलो तर बऱ्याच पाडापाडीला सुरवात झालेली होती. बायको कमरेवर हात ठेवून काम कसं चाललंय ते पाहात होती. वास्तुशास्त्रज्ञ मोठा प्लांट बांधतोय अशा रुबाबात उभा होता.

मी ऑफिस मधून आल्यावर, जेवायचं काय अशी खूण करून विचारलं बायकोला. तर एकदम चवताळली.

"अहो असं सारखं खाय खाय काय करता. बाहेरून जेवण आणावं लागेल. बघताय ना. किती गोंधळ आहे घरात ते."

मग काय हॉटेल मध्ये जाऊन जेवण झालं. काम बरंच लांबलं घराचं. पाडापाडी मध्ये कोणीतरी रंग देण्याचाही सल्ला दिला. कोणी फ्रिजला म्याचिंग टाईल्स पण बसवून घ्यायचा सल्ला दिला. सगळ्यांचं एकच म्हणणं होतं की आता निघालं आहे तर एकदाच सगळं काम करून घ्यावं.

मी तर हा सगळा प्रकार पाहून हादरूनच गेलो होतो.

मग फ्रिजच्या रंगाच्या फरशा पण बसवून घ्या म्हणून कोणी सल्ला दिला. कोणाच्या अंगात कोणी येत तसं माझ्या बायकोच्या अंगात फ्रिज घुसला होता. कोणीही यावं आणि काहीही सल्ला देऊन जावा आणि तिने लगेच तो अमलात आणावा यात माझं आर्थिक बजेट एव्हढं कोसळायला लागलं की मी पूर्वी स्पेशल रिक्षाने घरी यायचो. ते शेअर ऑटो ने यायला लागलो. नंतर तर तेही परवडेनासं झालं मग पायीच घरी यायला लागलो.

शेवटी बऱ्याच त्रासानंतर एकदाच घर वास्तूशास्त्रा नुसार तयार झालं. तो पर्यंत मी दाढी करण्याचा खर्च दर सहा दिवसांवर आणला होता. आणि बचत करायला लागलो होतो.

जसजशी दिवाळी जवळ यायला लागली तसतशा आम्ही फ्रिजच्या स्कीम बघायला लागलो. एकदा दुकानात जाऊन एक फ्रिज फिक्स पण करून टाकला. दुकानदाराला थोडा ऍडव्हान्स पण देऊन आलो.

त्या दिवशी मला साहेबांनी केबिन मध्ये बोलावून प्रमोशन झाल्याची आनंदाची बातमी दिली. लगेच सगळ्यांनी पार्टी मागितली. मी सांगितलं की या बोनस मध्ये आम्ही फ्रिज घेणार आहे तेंव्हा पार्टी देतोच, दोन्ही एकत्र.

" पण मिस्टर जोशी, तुम्हाला या वर्षी बोनस मिळणार नाही, कारण बोनस मिळण्याचा स्लॅब तुम्ही ओलांडलाय. यू आर नॉट इलिजिबल फॉर बोनस." साहेब काय काय बोलत होते. माझ्या डोक्यावरचा पंखा गरगर फिरतो आहे. त्या सोबत साहेब पण राउंड घेत आहेत असे चित्रं विचित्र भास मला व्हायला लागले आणि मी केवीलवाण्या आवाजात ओरडायला लागलो... पाणी... पाणी..

मला बोनस मिळणार नव्हता ही बातमी बायकोला कशी सांगावी हे मला समजत नव्हतं. प्रमोशनचा आनंद साजरा करावा की बोनस गेल्याच दुःख करावं तेच समजेना. बोनस न मिळण्याचा तिला मानसिक धक्का बसू नये म्हणून अगोदर मी तिला माझं प्रमोशन झाल्याची बातमी दिली. आणि ती बातमी ऐकल्या बरोबर तिने जंगली पिक्चर मध्ये शम्मी कपूर कसा याऽऽहू करून आरोळी मारतो तशी आरोळी ठोकली आणि आनंदाने स्वतः भोवती गिरकीच घेतली. तिला या आनंदात चित्कारण्यात आणि गोंधळात सगळ्या चाळीमध्ये बातमी मला प्रमोशन मिळाल्याची बातमी पसरून पण गेली. जो तो येवून मला हात मिळवत होता. अभिनंदन करत होता.

माझे एक शिक्षक मित्र होते. ते आवर्जून भेटायला आले. फ्रिज घेणार असल्याची आणि प्रमोशनची बातमी कळल्या बद्दल मला ते खास भेटायला आले होते. सर्व प्रथम त्यांनी माझं अभिनंदन केलं आणि माझ्या आयुष्यात घडू

पाहणारा हा एक दुर्मिळ प्रसंग अजून सुंदर आणि अविस्मरणीय करण्यासाठी त्यांनी खूप सुंदर आयोजन करण्याचं ठरवलं होतं. त्याची रूपरेषा सांगितली. त्यांच्या कल्पना ऐकल्यावर माझ्या बायकोचा आनंद तर गगनात मावेनासा झाला. आणि सर सांगतात तसंच करायचं, नाहीतर फ्रिज आणला नाही तरी चालेल हे तिने निक्षून सांगितलं.

सरांची कार्यक्रमाची रूपरेषा खालील प्रमाणे होती.

फ्रिज आणतांना वाजत गाजत आणायचा. त्या साठी ते शाळेचं लेझीम पथक पाठवायला तयार होते.

फ्रिज घरात येईल तेंव्हा पाच सुवासिनींनी औक्षण करायचं.आणि माझ्या बायकोची ओटी भरायची.

प्रमुख वक्ता म्हणून सरांनी थोडं भाषण करायचं.

फ्रिज घेण्यामागे असलेलं माझंही मनोगत मी थोडक्यात व्यक्त करावं.

ज्यांना कोणाला करमणुकीचा कार्यक्रम सादर करायचा असेल त्यांना संधी दयायची.

मग थोडा अल्पोहाराचा कार्यक्रम ठेवायचा.

त्यानंतर ज्यांना फ्रिज सोबत फोटो वगैरे काढायचे असतील त्यांना वेळ द्यायचा.

नंतर अखेरचा अहेराचा आणि आभार प्रदर्शनाचा कार्यक्रम करून हा कार्यक्रम अजरामर करून टाकायचा अशी त्यांची रूपरेषा होती.

बायकोला तर हा कार्यक्रम तुफान पसंत पडला.चाळीतल्या इतर बायकांनी तर त्या दिवशी कोणी कोणते रंगाच्या साड्या नेसायच्या या वर चर्चा पण सुरु केल्या. औक्षण कोणत्या क्रमाने करायचं हे पण ठरवलं गेलं.

फोटोग्राफर ठरवला गेला.

मुलांमुलींनी पण आपसात बरेच प्रोग्राम ठरवले.त्यात फॅन्सी ड्रेस पासून, सोलो डान्स, कथा कथन, कविता वाचन वगैरे प्रोग्राम होते.

या सगळ्या गोंधळात माझा मूलभूत प्रश्न जो बोनस बद्दल होता, तो कसा सोडवायचा तेच मला समजत नव्हतं. फ्रिज साठी पैसे आणायचे कोठून. बर आता नुसतं फ्रिज नव्हे तर एकेक खर्च वाढतच चालला होता.

एकदिवस मी बायकोला विश्वासात घेऊन सांगायचं ठरवलं. आणि ऑफिस मधून घरी आल्याबरोबर म्हटलं,

" जरा माझ्या जवळ बैस ना. मला तुला एक खाजगी गोष्ट सांगायची आहे."

" अजिबात लाडात येवू नका. मला माहित आहे. तुम्ही काय म्हणणार आहात ते. पण खर्चात खर्च वाढवू नका. या दिवाळीत मला पाडव्याला नेहमी सारखा एखादा दागिना नाही केला तरी चालेल. आता जरा शांतपणे बसा. मी तुमच्या साठी झकास चहा पोहे बनवून आणते."

आणि बायकोने गिरकी घेतली. आजकाल ती गिरक्या काय घेते. गाणी काय गुणगुणते. विचारूच नका. काय झालं कुणास ठाऊक तिने मला गोल गोल फिरवत पलंगावर बसवलं. पंखा लावला. आणि मला अचानक डोक्यावर पंखा फिरतोय आणि त्या सोबत बायको पण गिरक्या घेते आहे असे भास व्हायला लागले आणि मी एकदम ओरडलो. पाणी.... पाणी....

मी तिला बोनस मिळणार नसल्याची बातमी सांगीतली. पण तिच्यावर त्या गोष्टीचा काहीचं परिणाम झाला नाही. आम्ही दुकानदाराकडे गेलो. त्याला सगळी गोष्ट सांगितली.

दुकानदाराने मात्र माझं टेन्शन एका मिनिटात घालवून टाकलं. तो म्हणाला ,"हप्त्याने घ्या काही प्रॉब्लेम येणार नाही."

पाडव्याच्या दिवशी फ्रिज घरी आणायचं ठरवलं. सगळे जणं एकदम उत्साहात होते. भरपूर फुलं, तोरणं वगैरे लावली होती प्रत्येक दारावर. सकाळी नऊ वाजेपर्यंत फ्रिज घरी यायला पाहिजे असं गुरुजींनी सांगितलं होतं. सगळ्या बायका नटून थटून चाळीच्या दारात उभ्या होत्या.

शिक्षक मित्राने फ्रिजवर स्वस्तिक काढलं. एक हार माझ्या गळ्यात घातला आणि आम्ही एका टेम्पो मध्ये फ्रिज ठेवला . टेम्पोलाही फुलांनी सजवलं होतं. शिक्षक मित्र सोबत आपल्या लेझीम पथका सोबत आला होता. त्याने इशारा करताच टेम्पो पुढे मुलं लेझीम खेळायला लागली. मी आणि तो दोघेही टेम्पोत फ्रिज सोबत होतो. पुढे लेझीमच पथक मागे टेम्पो, अशी अपूर्व मिरवणूक निघाली. रस्त्यातले बरेच लोकं काम थांबवून मिरवणूक पाहात उभे राहिले. गर्दी वाढायला लागली. टेम्पोत उभं राहून ते शिक्षक लोकांना उगाचच हात हलवून अभिवादन करत होते. माझ्या गळ्यातला हार पाहून बरेच लोकं हात जोडून नमस्कार करत होते. काहींना ती देवाची पालखी असल्या सारखं वाटत होतं. कुणी उगीचच फ्रिजला हात लावून नमस्कार केल्यासारखं करत होते.

शेवटी आलं एकदाच ते फ्रिज घरात. दारावरच पाच सुवासिनींनी मला ओवाळलं. फ्रिजला हळदी कुंकू फुलं वाहिली. फ्रिज सुरु केलं आणि टाळयांचा कडकडाट झाला.

आणि मग माझे शिक्षक मित्र बोलायला उभे राहिले.

" माननीय उपस्थित बंधू आणि भगिनींनो, आजचा दिवस हा परम भाग्याचा आणि शतकानुशतकातून एखाद्याच वेळी घडणारी आणि संपूर्ण चाळीच्या इतिहासात सुवर्णाक्षरांनी लिहिण्यासारखी ही घटना आहे. आज या ठिकाणी चाळ असण्याचा पूर्वी इथं नुसती भात शेती होती. इथे यायसाठी रस्ता देखील नव्हता. या जागेचे मालक श्री. धनपालशेट यांनी सुरुवातीला जागेवर घर बांधून ती विकायला सुरुवात केली...." सरांनी फार चाळीस पन्नास वर्षा पासूनच्या इतिहासाला सुरुवात केली. तेंव्हा सगळीकडे चुळबुळ सुरु झाली. किती वेळ गेला होता कुणास ठाऊक. मला भाषण ऐकता ऐकता डुलकी लागली होती.

अचानक टाळ्यांचा कडकडाट झाला.आणि मी खडबडून जागा झालो. सरांनी भाषण संपवलं होतं. आणि मला दोन शब्द बोलण्याची विनंती केली. मी बोलायला उभा राहिलो. बोलायला सुरुवात करणार एव्हढ्यात दोन बायका आपसात बोलत होत्या. ते माझ्या कानावर पडलं.," पैसा बोलतो बाई, दुसरं काय."

"अग बाई, निव्वळ पगारात न होणाऱ्या गोष्टी आहेत या. वरची काहीतरी कमाई असल्या शिवाय का या गोष्टी जमतात का."

पण असल्या गोष्टी मी ऐकलं न ऐकल्या सारख्या केल्या आणि बोलायला सुरुवात केली.

"माझ्या फ्रिज घेण्याच्या व्यक्तीगत खाजगी गोष्टीत तुम्ही एव्हढा रस दाखवून माझा जो सन्मान केलात. माझ्या आनंदात सहभागी झालात त्या बद्दल मी आपला शतशः ऋणी आहे."

शिक्षक माझा शर्ट ओढून " फ्रिज लोकार्पण केलं म्हणा. लोकार्पण केलं म्हणा " असं म्हणतं होते. मी एकदम भडकलोच , "फ्रिज काय लोकार्पण करण्याची सार्वजनिक गोष्ट आहे का," काहीही बोलता.

ते पण चवताळले," मी हे फ्रिज लोकांना अर्पण करतो असं नुसतं म्हणण्यात तुमचं काय जातंय. लोकांनी इतक्या उत्स्फूर्तपणे प्रतिसाद दिला, त्याची तुम्ही काहीच दखल घेत नाही. फ्रिज तर तुमच्याच घरात राहणार आहे ना, नुसतं बोलायला काय जात, पण नाही, हा निव्वळ श्रीमंतीचा माज आहे." सर पण वैतागले होते.

प्रकरण हातघाई वर येत होतं. वाद वाढू नये म्हणून, लोकांनी जोर जोरात टाळ्या वाजवून पुढच्या कार्यक्रमाला सुरुवात करायला सांगितलं.

मुलांचे गाण्याचे, नाचण्याचे कार्यक्रम झाले.कविता वाचन झालं.

शेवटी सुवासिनींनी माझ्या बायकोची खण नारळाने ओटी भरली. अहेराची देवाण घेवाण झाली.

मग अल्पोहाराचा कार्यक्रम झाला. आणि आभार प्रदर्शनाचा कार्यक्रम होऊन आम्ही आजचा कार्यक्रम संपला असं जाहीर केलं.

शेवटी एकदाचे दोन वाजेपर्यंत आम्ही मोकळे झालो. आता थोडावेळ आराम करू असं म्हणून थोडं अंग टाकलंच होतं पलंगावर, तेव्हढ्यात दरवाजा वर थाप पडली, शेजारचे अण्णा आले होते.

" अहो, मी आत्ता आलो. गावाला गेलो होतो. तेव्हढयात कळलं की तुमच्या कडे फ्रिज घेतला म्हणून. म्हटलं बघावं कसा आहे."

मग त्यांना फ्रिज दाखवण्याचा कार्यक्रम झाला. आता एव्हढे आवर्जून ते आले होते कधी नवद मग त्यांच चहा पाणी झालं. फ्रिजची व्यवस्थित पाहणी करून ते गेले.

आणि त्यानंतर ज्या ज्या लोकांना सकाळी येणं शक्य झालं नव्हतं ते ते लोकं हळू हळू यायला लागले. मग त्यांच्या गप्पा व्हायच्या, मग चहा पाणी व्हायचं. किती लोकं आले आणि किती नाही गणतीच नाही. आम्ही खूप थकून गेलो होतो.

शेवटी रात्र झाली. मी बायकोला म्हटलं, "जाम थकवा आला बुवा या फ्रिज मुळे. जरा मस्त गार पाणी आण बर. "

बायको आत गेली. आणि लक्षात आलं की आम्ही फ्रिज मध्ये काहीही ठेवलेलं नव्हतं. मी फ्रिजच्या समोर उभं राहून माठातलं पाणी पिलो आणि अंथरुणावर येवून पडलो. अधून मधून सारखं फ्रिज कडे लक्ष जात येत होतं. फार छान दिसत होतं ते. अशीच केंव्हा झोप लागून गेली कळलंच नाही.

आमच्या कडे फ्रिज आहे हे , आलेल्या पाहुण्याला कळावे म्हणून मुद्दामून आम्ही त्याला," फ्रिजचं थंड पाणी चालते ना तुम्हाला ?" असं ठासून विचारत असू.

उन्हाळ्याचे दिवस होते. त्या मुळे आजूबाजूचे शेजारी सर्रास गार पाणी वगैरे मागायला येत.

एकदा, माझे साहेब, त्यांची बायको आणि दोन मुलं घरी येणार असल्याचा फोन मी बायकोला केला.

" साहेब घरी येताहेत, फ्रिज बीज पुसून ठेव. घर पण आवरून ठेव."

ती म्हणाली की ,"त्या दिवशी माझी भिशी आहे. त्या मुळे थोडावेळ तुम्ही गप्पा मारत बसा. मी येतेच."

संध्याकाळी आम्ही घरी आलो तर सांगितल्या प्रमाणे बायको घरी नव्हती. आम्ही गप्पा मारत तिची वाट पाहात बसलो होतो. त्यांना पाणी द्यायसाठी मी फ्रिज उघडलं आणि बघितलं तर आत मध्ये फॅमिली पॅक आईसक्रीम चा एक बॉक्स डीप फ्रिज मध्ये ठेवलेला होता. मला बायकोच्या समजूतदार पणाचा खूप

अभिमान वाटला.

म्हटलं, " साहेब, बायको येई पर्यंत आपण आईसक्रीम खाऊ या का." आईसक्रीम म्हटल्यावर त्यांची मुलं तर जाम खूषच झाली. त्यांची बायको म्हणाली," तुम्ही बसा बोलत मी घेऊन येते. तुमचं घर काय परकं थोडंच आहे मला."

ती आत गेल्यावर त्यांची दोन्ही मुलं आत पळाली. बाईंनी आईस्क्रीम वाटायला घेई पर्यंत मुलांना चॉकलेटचे दोन बॉक्स सापडले. दोघ त्यावर तुटून पडली. कदाचीत प्रमोशन च्या खुशीत बायकोने आणलं असेल असं मला वाटलं आणि म्हटलं," तुम्हाला चॉकलेट आवडत ना म्हणूनच आणलं आहे. मनसोक्त खा." पोरांनी धडाधड चॉकलेट खाऊन संपवली. तोपर्यंत मॅडमने मोठं मोठ्या वाट्यांमध्ये आईस्क्रीम आणलं. आम्ही मोठ्या चवीने आईस्क्रीम खात होतो. बायकोची आणि माझ्या आदरातिथ्याचं साहेब खूप कौतुक करत होते.

मी त्यांना आग्रह करून करून अजून एक एक वाटी आईस्क्रीम घ्यायला लावलं. आम्ही ते खात असतांनाच, शेजारच्या काकू डोकावून गेल्या. मी विचारलं काय हवयं. तर म्हणाल्या फ्रिज मध्ये सामान ठेवलं आहे पाहिजे होतं. मी आपुलकीने म्हटलं, "अहो, जा ना आत काकू, घ्या ना तुमच्याच हाताने. "

काकू आत गेल्या. साहेबांची बायको साहेबांना सांगत होती.

"बघ हा असतो, चाळ आणि ब्लॉक मधल्या लोकांचा फरक. खरं प्रेम आपुलकी अनुभवायची असेल ना, तर चाळीतच घर हवं. नाहीतर ब्लॉक मध्ये कुणी मेलं तरी एकमेकांकडे ढुंकून बघत नाहीत."

" हो साहेब, तसे आमचे सगळे शेजारी खरंच खूप चांगले आहेत." असं आमचं कौतुक सुरु असतांनाच काकू हॉल मध्ये आल्या आणि कमरेवर हात ठेवून टीपॉय वरच्या वाट्यांकडे संशयाने पाहात म्हणाल्या, " अहो तुमच्या फ्रिज मध्ये मी आईस्क्रीमचा बॉक्स ठेवला होता. दिसतं नाहीये कुठे."

त्यांच बोलणं ऐकल्याबरोबर आम्हाला तर काय बोलावे तेच सुचेना. तरी मी अतिशय नम्रपणे त्यांना म्हटलं " काकू जरा गडबड झाली. तुमचं आईस्क्रीम आमच्या कडून चुकून खाल्लं गेलं. मी लगेच तुम्हाला आणून देईन."

आम्ही आईस्क्रीम खाल्लं म्हटलं म्हटल्या बरोबर काकूंचा पारा एकदम चढलाच. डरकाळी फोडून त्या म्हणाल्या ,

" पण दुसऱ्यांच्या वस्तू न विचारता खाण्याची तुम्हाला हिम्मतच कशी होते. एव्हढं आईस्क्रीम खाऊ घालायचं होतं तर स्वतः विकत आणायचं होतं ना. आता मी घरी काय सांगू.?"

काकूंचा आवाज एव्हढा मोठा झाला होता की आमच्या घरासमोर बरीच गर्दी जमा झाली आणि काकू आमच्याशी बोलायच्या ऐवजी त्या लोकांनाच आम्ही त्यांच आईस्क्रीम कसं खाऊन मारलं, हे तावातावाने सांगायला लागल्या.

आम्ही तर वाचा गेल्या सारखे गप्पच होऊन गेलो होतो. तेव्हढ्यात कोपऱ्यावरच्या घरातल्या दुसऱ्या काकू आमच्या घरात घुसल्या आणि म्हणाल्या,

" बाई ग, निदान आमची चॉकलेट तरी आहेत का बघून घेते." असं म्हणतं त्या आत गेल्या आणि सर्वस्व लुटलं जावं इतक्या जोरात किंचाळल्या," अरे देवा, आमची चॉकलेट पण संपवली वाटतं या लोकांनी."

मग काय विचारता. आमच्यात माणुसकी कशी नाही. दीड दमडीचा काय तो फ्रिज घेतला तर आकाशाला कसे हात पोहोचले आहे आमचे या वर आम्ही तिथं नसल्या सारखं समजून जोरजोरात चर्चा सुरु झाल्या. तेव्हढ्यात बायको भिशी वरून परत आली. तिने एवढी गर्दी दारात जमा पाहून विचारलं काय झालं, आणि हा भांडणाचा गदारोळ सुरु झाला.

बराच वेळ एव्हढा धुमाकूळ सुरु होता की त्या गोंधळात साहेब केंव्हा निघून गेले मला कळलंच नाही.

" पण मी म्हणते, खाण्यासाठी एव्हढी मर मर करावीच कशाला.थोडावेळ वाट पाहिली असती तर काही बिघडलं नसतं. मी काय कायमची घर सोडून गेले नव्हते तिथे." बायकोचं ब्रम्हास्त्र.

त्या नंतर चाळीतल्या लोकांनी आमच्याशी बोलणं पूर्ण बंद केलेलं आहे. बायको फ्रिजचा उल्लेख मढ असा करते. बराच विचार केल्यानंतर आम्ही ठरवलं आहे की आता येईल त्या किमतीला फ्रिज विकून टाकायचं. कोणाला हवं असल्यास नक्की संपर्क करा.

9

एका लेखकाचा अंत

मी खूप लहानपणीच लेखक होणार अशी चिन्ह दिसायला लागली होती. मला लिहिण्या मध्ये फारच रस होता. आणि माझ्या लिहिण्याची दखल सगळ्या लोकांना घ्यावीच लागे अशा प्रकारच माझं क्रांतिकारी लिखाण असायचं. पण अचानकच मला हे लिखाण थांबवावं लागलं. त्याचीच ही चित्त थरारक आणि समाजाच्या क्रूरपणाची डोळयात पाणी आणणारी ही दुःखद कथा.

आमच्या शाळेत व्हरांडयात एक फळा होता. त्या फळ्यावर शनिवारी दुपारी प्रत्येकाला एक सुविचार आणि बातमी लिहावी लागे. त्या दिवशी माझा नंबर होता. खडू आणण्यासाठी मी शाळेच्या ऑफिस मध्ये गेलो.

आमच्या ड्रॉईंगच्या मॅडम आणि पीटीचे सर असे दोघच तिथं बसलेले होते. त्या दोघांच माझ्या कडे लक्ष नव्हतं. सरांचा आवाज नेहमी ग्राऊंडवर ओरडून बोलाव लागत असल्याने आधीच असाही मोठाच होता आणि आता तर समोर मॅडम असल्यामुळे म्हणा खूपच मोठा झाला होता. म्हणजे अगदी छान पैकी ऐकू येत होता. मी अनेक वेळा पाहिलं आहे की पिटीचे सर ड्रॉईंगच्या मॅडम वर इम्प्रेशन मारायची एकही संधी सोडत नाही.

सर म्हणत होते.

" मॅडम, तुम्ही त्या हेड सरांना उगाचच एव्हढं घाबरता. तो तुम्हाला नुसतं घाबरवत असतो. त्याला म्हणावं एव्हढया मोठ्या आवाजात स्वतःच्या बायको समोर एकदा जरी बोलून दाखवलं ना तर तूला खरा हेडमास्तर म्हणू आम्ही. जास्तच त्रास द्यायला लागला ना तर सरळ त्याच्या बायकोला जाऊन सांगा. घरी नुसता नंदीबैला सारखी मुंडी हलवत असतो हा. पक्का लबाड आहे तो. माझ्या आता जर तो समोर असताना तर त्याला दाखवला असता माझा हिसका."बोलता

बोलता सर एकदम हिंस्त्र दिसायला लागले.

" नाही हो सर. असं काही करू नका. माझा अजून प्रोबेशन पिरियड पण संपला नाहीये. त्या मुळे खूप टेन्शन येतं हो. इथे माझं जवळच कोणीच नाहीये. भर वर्गात येवून सगळ्या मुलांसमोर ते ओरडले की वाईट वाटत हो खूप."

असं म्हणत मॅडमने आपली पर्स उघडली आणि छोटासा रुमाल काढून डोळे पुसले. सर पण जागेवरून उठले मॅडम च्या खुर्चीच्या मागे जाऊन उभे राहात ते म्हणाले,

" मॅडम याचा अर्थ तुम्ही मला परकं समजता. "

"नाही हो.सर, तुम्हीच तर माझे जवळचे मित्र आहात. "

"मग इथे तुमचं जवळच कोणीच नाही असं का म्हणता ? संकट काळी जो कामास येतो तोच खरा मित्र असतो."

सर, मॅडम च्या खांद्यावर थोपटणार होते तेव्हढ्यात त्यांना मी दिसलो. ते एकदम चवताळून म्हणाले.

"हरामखोर, काय हवं आहे रे तुला ?",

अर्थात ते मला उद्देशून म्हणाले पण मॅडम उगीचच दचकल्या.

"सर ,खडू पाहिजे होता, फळ्या वर सुविचार, बातमी लिहायची आहे." मी घाबरून म्हटलं.

" अरे घे ना बाळं, रंगीत खडू पण घे पाहिजे असेल तर, आणि छान अक्षरात लिहून काढ."

सरांच्या आवाजात अचानक गोडवा कसा काय निर्माण झाला. कळेच ना. मागे वळून पाहिलं तर माझ्या मागे आमचे हेडमास्तर उभे होते. मला वाटलं आता पीटीचे सर त्यांच्या अंगावर मॅडम साठी धावून जातील आणि मग धमाल पाहायला मिळेल. पण तसं काहीच झालं नाही. उलट पिटीचे सर एकदम प्रसन्न आवाजात हेडसरांना म्हणाले,

" काहीही म्हणा सर, तुम्ही आल्यापासून शाळेत खूप छान सुधारणा होऊन राहिल्या आहेत. मला एक सूचना द्यावीशी वाटते की फळ्यावर बातम्या पण शाळे संबंधीतच लिहायला सांगाव्या मुलांना. त्या मुळे त्यांचे प्रॉब्लेम पण आपल्याला समजतील आणि तशा सुधारणा करता येतं जातील.तुम्हाला काय वाटतं मॅडम ? "

" इश्श, मला काय विचारता, चांगलीच गोष्ट आहे ही." मॅडम जेव्हढं लाजता येईल तेव्हढं लाजून म्हणाल्या.

हेड सर एकदम खूष झाले. पीटीच्या सरांना म्हणाले,

" सर, एकदम छान सूचना दिली तुम्ही.शुभस्य शीघ्रम. आणि मग माझ्या कडे वळून म्हणाले बाळा, जा आज पासूनच सुरवात कर. तुला शाळेसंबंधी काही बातमी किंवा सूचना असल्या तर कोणालाही न घाबरता फळ्यावर लिहून ठेव. मी त्या वर जातीने लक्ष घालून सुधारणा करेन." असं बोलून ते निघून गेले.

हे बातमी पत्र शनिवारी दुपारी लिहावं लागे. शाळा सुटल्या नंतर. सगळे घरी निघून गेले. सगळी शाळा रिकामी झाली. मला फळ्यावर काय लिहावं ते समजत नव्हतं. शाळे संबंधित बातमी लिहायची होती. काय लिहावं बरं मी विचार करायला लागलो

मला अचानक आठवलं. अरेच्या, ड्रॉईंगच्या मॅडम आणि पिटीच्या सरांच्या बोलण्यातून ज्या बातम्या समजल्या होत्या त्याच लिहून टाकू या ना.

आणि मग मी लिहिलेली बातमी अशी होती.

आमच्या खात्रीलायक वार्ताहराकडून : आपल्या शाळेचे हेडमास्तर सर एक नंबरचा लबाड माणूस असून ते ड्रॉईंगच्या मॅडमला जाणून बुजून त्रास देतं असतात. पण संकटात जो मदत करतो तोच खरा मित्र असतो.या म्हणी नुसार या पुढे पिटीचे सर मॅडमला सर्व प्रकारची मदत करणार आहेत. आमच्या खात्रीलायक वार्ताहराकडून समजते की हेड सर बायको पुढे निव्वळ नंदीबैला सारखी मान हलवत असतात.

निरनिराळ्या रंगीत खडूने मी ही बातमी मस्त पैकी ठळक अक्षरात लिहून काढली. आणि दूरवरून पण फळा वाचता येतो की नाही हे पाहून घरी गेलो.

बातमी खरोखरच खळबळ जनक असावी. कारण सोमवारी सगळी शाळा फळ्यासमोर जमली होती. माझं आगमन झाल्या नंतर ड्रॉईंगच्या मॅडम, पीटीचे सर आणि हेड सर मला मारून मारून, शिव्या देऊन देऊन, थकून शेवटी स्वतःच्याच डोक्यावर बुक्क्या मारत बसले होते.

माझ्या हातावर पट्ट्या मारण्या एव्हढा कोणता गुन्हा मी केला होता. तेच मला समजत नव्हतं.

पण एक गोष्ट कळली होती की मी काहीही न लिहिणं हीच शहाणपणाची गोष्ट आहे. त्या दिवसांपासून मी परीक्षेत पेपरवर पण काहीच लिहीत नसतो. जगात खऱ्या गोष्टीला किंमत नसते हेच खरं.

त्या दिवशी तिन्ही सरांचा खूप मार खाल्यानंतर काही दिवस तर माझा शिक्षण पद्धती आणि शिक्षक या दोन्ही गोष्टींवरचा विश्वासच उडून गेला होता.

मी दिसला की पिटीच्या सरांचा चेहरा हिंस्त्र व्हायचा. मग मीच ते दिसले की रस्ता बदलवायचो. ड्रॉईंगच्या मॅडमच उलट झालं होतं. त्या मी दिसलो की

तोंड फिरवून घ्यायच्या. मग मी ठरवलं की हेड सरांच्या घरी जाऊन त्यांची माफी मागायची. आणि या गोष्टीवर कायमचा पडदा टाकायचा.

एक दिवस संध्याकाळी मी त्यांच्या घरी गेलो. सर घरी नव्हते. त्यांची बायको एकटीच घरी होती. आणि एक मुलंगा पेपर वाचत बसली होता दुसरी मुलगी रेडिओ ऐकत बसली होती. एक घरकाम करणारी बाई फरशा पुसत होती. मॅडम ने दार उघडलं,

"मे आय कम इन मॅडम." मी अत्यंत नम्रपणे शाळेत एक हात पुढे करून आणि मान खाली करून विचारतात तसं विचारलं.

" ये ना आत, कोण हवय, बाळं तुला." त्या गोड आवाजात म्हणाल्या.

"आमचे हेड सर इथेच राहतात ना. मी त्यांची माफी मागायला आलो आहे. "

" माफी ? आणि कशा साठी रे. तू उभा का बस ना. हे बघ, काय झालं ते तू मला मी नीट सांग मी सरांना समजावून सांगेन. ते आता घरात नाहीयेत.ते चक्कीवर पीठ आणायला गेले आहेत."

" नको मॅडम, मी ते आले की त्यांच्याशीच बोलेन."

" त्यांच्याशी तर बोलच पण मला अगोदर काय झालं ते तर सांगशील की नाही. तू काही खोडी काढली होती का त्यांची."

"नाही मॅडम, उलट त्यांनीच मला त्या दिवशी बातमी लिहायला सांगितलं होतं. आणि मी पीटीचे सर आणि ड्रॉईंगच्या मॅडम त्यांच्या बद्दल काय काय बोलत होते ते फळ्यावर लिहून काढलं. तर सरांनी उलट मलाच मारलं." मी डोळे पुसत म्हटलं आणि जोराने नाक वर ओढलं.

" पण असं काय लिहीलं होतं रे तू ? ", मॅडम ने माझ्या पाठीवरून हात फिरवत विचारलं.त्यांचा प्रेमळ स्वभाव पाहून , माझ्या तर डोळ्यातच पाणी आलं.

" पीटीचे सर आणि ड्रॉईंगच्या मॅडम आपसात जे काही बोलत होते तेच लिहीलं मी, माझं काय चुकलं मॅडम ? "

हळूहळू माझ्या बोलण्यात सगळ्यांना कुतूहल वाटायला लागलं. मुलाने पेपर बाजूला ठेऊन दिला. मुलीने रेडिओ बंद केला. मोलकरीण फारशा पुसणं अर्धवट सोडून मी काय सांगतो तिकडे लक्ष देऊन ऐकायच्या पोज मध्ये थांबली.

एव्हढं, सगळे मनापासून आग्रह करता म्हटल्यावर मी अगदी पहिल्या पासून काय घडलं, कसं घडलं ते सांगायला सुरुवात केली.

" पिटीचे सर ड्रॉईंगच्या मॅडमला सांगत होते की आपले हेड सर एक नंबरचे लबाड आहेत. बायको समोर त्यांच काहीच चालत नाही... " मी गोष्ट सांगण्यात एव्हढा गुंग होऊन गेलो होतो की हेड सर केंव्हा समोर येवून उभे होते तेच मला

कळलं नाही.

त्यांना पहिल्या बरोबर मी त्यांच्या चेहऱ्याकडे पाहिलं. सर्कशीतल्या वाघा सारखा त्यांचा चेहरा चवताळलेला दिसला.

" तू इथे कशाला आला आहे ? "त्यांनी किंकाळी फोडून विचारलं.

" त्याच्यावर ओरडू नका. उगीच. तो आला म्हणून मला कळाले तरी तुमचे धंदे. "अचानक मॅडम कडाडल्या आणि सरांचा आवाज एकदम मऊ पडला.

त्यांचा मुलगा, मुलगी आणि मोलकरीण तोंडाला हात लावून हसत होते. मॅडम ने कमरेवर दोन्ही हात ठेवले आणि एकदम कर्कश्य आवाजात विचारलं," एवढ्याच साठी जाता काहो तुम्ही शाळेत. आणि मी म्हणते घरातल्या गोष्टी शाळेत समजतातच कश्या. "

मॅडम चा आवाज ऐकून सरांचा चेहरा भयभीत झाला आणि ते इतके थरथरायला लागले की त्यांच्या हातातला पिठाचा डब्बा खालीच पडुन गेला. घरभर पीठ झालं. पंखा सुरु होता म्हणून ते इकडं तिकडं उडायला लागलं.

आता या ठिकाणी थांबण्यात काही अर्थ नाही असं समजून मी त्या गोंधळाचा फायदा घेऊन धूम घराकडे पळालो.

दुसऱ्या दिवशी, मी ठरवलं की ऑफिस मध्ये जाऊन त्यांची माफी मागायची. पण मला त्यांनी पहिल्या बरोबर एकदम भीषण मुद्रा केली आणि एकदम शाळेच्या प्युनच्या नावाने भयानक मोठ्या आवाजात आरोळी मारली, तो एकदम पळत आला.

" या हरामखोराला अगोदर बाहेर काढ." सर किंचाळले.

मी काय करू. मला सांगा, एखाद्याची माफी मागायला जाण चुकीची गोष्ट आहे का. जगात माणुसकीच शिल्लक राहिलेली नाहीये. खरं म्हणजे हे जग चांगल्या लोकांसाठी नाहीच आहे.

10

माझा पहिला प्रेमभंग

प्रेमभंग हा होणारच आहे असं समजून प्रेम केलं ना तर निराशा पदरात पडण्याची शक्यता फार कमी असते. लोकं प्रेम आणि लग्न यात नेहमी गफलत करत असतात. तूम्ही आधी ठरवून घ्या की नेमकं तुम्हाला काय करायचं आहे. म्हणजे प्रेम करायचं आहे की लग्न करायचं आहे. कारणं प्रेम आणि लग्न या पार विरुध्द टोकाच्या गोष्टी आहेत. जे लोकं यातला फरक नीट समजून घेत नाहीत ते कायमचे पस्तावतात.

माझं म्हणणं तुम्हाला आचरटपणाच वाटेल पण थोडं गंभीर पणे विचार करा की लैला मजनू, हिर रांझा, देवदास पारो या जोडया अजरामर का झाल्यात कारण त्यांच प्रेम होतं, लग्न झालेलं नव्हतं. लग्न झालं की प्रेम एन्ड. म्हणून तुम्हाला काय हवयं ते अगोदर निश्चित करा. दोन्ही गोष्टी एकाच वेळी करायला जाल तर तुमच्या हाती काहीच लागणार नाही.

अगोदर निश्चितपणे मनामध्ये ठेवून टाका की प्रेम आणि लग्न या पूर्णपणे वेगळ्या गोष्टी आहेत. प्रेम करायचं आणि लग्नही करायचं असा जर तर तुमचा विचार असेल, किंवा तुमची स्वप्न असतील तर तुमच्या हातामध्ये निराशे शिवाय काहीही लागणार नाही . ही गोष्ट मी लिहून द्यायला तयार आहे. जुन्याकाळी एक म्हण होती "दुरून डोंगर साजरे " ह्या म्हणीची सत्यता लग्न झाल्यावर तुमच्या लक्षात येईल , की आपण ज्याला प्रेम समजलो होतो ते प्रेम नव्हतच. तर एक मृगजळ होतं आणि अशी निराशा येऊ द्यायची नसेल तर निश्चितपणे तुम्हाला ठरवून टाकाव लागेल की आपल्याला प्रेम करायचं की लग्न करायचं. मगचं पुढचं पावूल उचलाव लागेल.

आता माझीच गोष्ट सांगतो. शाळा सोडून मी कॉलेजला गेल्यानंतर हळूहळू तरुण होत गेलो होतो आणि शेवटी यथावकाश " दिसली बाई की बसलं प्रेम "अशा वयात आलो होतो. पण हडकुळी देहयष्टी आणि डोळ्यावर भलामोठा जाडजूड काचेचा चष्मा अशा माझ्या दिव्य दिसण्या मुळे माझ्याकडे कोणी ढुंकून पाहात नसे .

अशा परिस्थितीत देखील, एकदा मी पण प्रेमात पडलो होतो . तेही साध्यासुध्या नाही तर चक्क कॉलेज क्विन च्याच प्रेमात पडलो होतो . खरं म्हणजे खऱ्या प्रेमाला पूर्णत्वाला न जाण्याचा हा शापच असतो. किंवा माझं नशीबच खरं तर चांगलं नसावं किंवा माझ्या पत्रिकेत त्या काळात सगळे अशुभ ग्रह जमा झाले असावेत किंवा कोणा दृष्टाची नजर माझ्या नशिबाला लागली असावी असं माझं प्रामाणिक मत आहे. त्या मुळे प्रेमात पडल्या पडल्या अवघ्या दहा पंधरा मिनिटातच माझा प्रेमभंग झाला.

म्हणजे काय झालं होतं की एकदा आमच्या कॉलेज मधली एक ब्युटीक्वीन, जी कॉलेज मध्ये माझ्याकडे ढुंकून देखील पाहात नसे, तिची चप्पल तुटली होती. आणि तशा अवस्थेत ती रस्त्याने पायी पायी चालली होती. म्हणजे काय ना ब्युटीक्वीन असली काय किंवा एअरइंडिया चा महाराजा असला काय, चप्पल तुटल्यानंतर माणसाची जी चाल बदलते ना, त्या चालीचं वर्णन अजून कोणाला करता आलेलं नाहीये. सगळ्या विश्वाच दैन्य त्या व्यक्तीच्या चेहऱ्यावर दिसतं. सर्वस्व गमावलेला किंवा कुठलाच आत्मविश्वास नसलेला चेहरा कोणाचा असतो असं जर मला विचारलं तर मी छातीठोक पणे सांगेन की चप्पल तुटलेल्या माणसाचा. अशी ही सगळ्या कॉलेजच्या दिलाची धडकन असणारी स्वप्न सुंदरी भर रस्त्यावर अशी एक एक पाऊल कष्टाने टाकत चाललेली पाहून माझ्या काळजाला तर घुशीने जमिनीला पोखरल्यावर कसं भगदाड पडत तसा भलामोठा खड्डाच पडला. काळीज नुसतं तीळतीळ तुटलं. मद्रासी हॉटेल मध्ये साधा डोसा कसा सच्छिद्र आणि जळून लाल होतो ना तशी असंख्य छिद्र माझ्या मनाला पडली. क्षणभर तर देवा वरचा विश्वासच उडून गेला. आज ज्या स्वप्न सुंदरी करता रस्त्यावर फुलांच्या पायघड्या महानगरपालिकेने टाकायला हव्या होत्या आज तिला एक एक पाऊल फरफटत चालावं लागत होतं.

क्षणभर मला वाटलं की जसं आजकाल आपल्याला ओला कॅब मोबाईलवरून बुक करता येते तशी एखादी मोची संघटना किंवा अशीच तात्काळ सेवा उपलब्ध होईल असं एखादं ॲप या आधीच शोधून ठेवायला हवं होतं. आज जागो जागी बस स्टॉप, हॉटेल्स, शाळा, कॉलेज अशा निरर्थक गोष्टी बनवायला सरकार कडे

जागा आहे. वेळ आहे. पैसा देखील आहे. पण अशी एखाद्याची ऐनवेळी चप्पल तुटली तर त्या क्षणी कोणती भरीव योजना कोणा लोकप्रतिनिधी कडे आहे का. असे अनेक प्रश्न एक जागरूक नागरिक म्हणून माझ्या मनात निर्माण झाले. त्याच बरोबर माझ्या डोक्यात एक प्रचंड नामी शक्कल निर्माण झाली. जणू मला माझ्या आयुष्याचा मला मार्गच सापडला. मोबाईल सर्व्हिस सेंटर सारखे प्रत्येक चौकाचौकात चप्पल सर्व्हिस सेंटर उघडायचे. बघा, कोणीतरी म्हटलेलंच आहे की गरज ही शोधाची जननी आहे. आज जर अशी केंद्र प्रत्येक ठिकाणी उभारली गेली तर रोजगार किती मोठ्या प्रमाणात निर्माण होईल कोणी विचार केलाय. तुम्ही म्हणत असाल की हा इतका विचार करत कितीवेळ उभा असेल. पण नाही.छत्री उलटी झाली की सगळ्या काड्या कशा एकदमच उलट होऊन जातात ना तसे हे सगळे विचार एका क्षणात माझ्या डोक्यात चमकून गेले.

मी विचार केला की ही वेळ विचार करण्याची नाहीये काहीतरी करण्याची आहे. कॉलेजची स्वप्न सुंदरी अशा अवस्थेत रस्त्याने जाण हा तिचा नव्हे तर सगळ्या कॉलेजच्या अस्मितेचा आणि स्वाभिमानाचा विषय आहे. कदाचित याच क्षणासाठी परमेश्वराने मला जन्माला घातले असावे असे उदात्त विचार माझ्या मनात यायला लागले.

मी या आधी सांगायला विसरलो होतो की मी त्या वेळी सायकलवर होतो आणि ती पायी चाललेली होती. पायी चालणाऱ्याच्या वेदना कशा असतात हे समजून घेण्यासाठी मी हातात सायकल घेऊन तिच्या मागे मागे चाललो होतो. आता तुम्हाला हे सगळ खोटं वाटण्याची दाट शक्यता आहे. कारण तुम्हाला माझा दयाळू स्वभाव माहीत नाही ना.

तर मग मी थोडा जोरात चालतं तिच्या बरोबरीने चालायला लागलो.तिचं लक्ष वेधलं जाव म्हणून थोडस खाकरून खोकलून, सगळया विश्वाचे दुःख माझ्या स्वरात एकटवून मी तिला म्हणालो ," अरेरे, चप्पल तुटली वाटते."

माझ्या या वाक्याने तिला कससंच झालं असावं. कदाचीत तिने मला ओळखलंही असावं. ती जगातले सगळ्यात सुंदर शब्द बोलली." हो ना. "

"हो ना " खरोखरच हे शब्द जगातले सुंदर शब्द होते कारण साक्षात कॉलेज क्वीनच्या गळ्यातून ते आले होते. साक्षात कॉलेज क्वीन माझ्याशी बोलत होती. या गोष्टीचा मी स्वप्नात देखील विचार केला नव्हता . तिचा आवाज एवढा सुंदर असेल अशी मी कल्पना देखील केली नव्हती.

मला कुठून हिम्मत आली होती काही कळत नाही .मी सगळं धाडस एकटवून तिला म्हणालो.

" मी एक सांगू का की तुम्ही माझ्या मागे सायकल वर बसा मी तुम्हाला जिथं हवं तिथं सोडून देतो. "

"नको, नको हो. उगाच कशाला तुम्हाला त्रास," असं ती म्हणाली आणि हा केवळ वरवरचा दिखावा आहे हे माझ्या लक्षात आले. आणि मी तिला म्हटलं,

"बसा हो. मी परका थोडीच आहे मी तुमच्याच कॉलेजमध्ये शिकतो "

हे ऐकल्यावर तिला माझ्या चांगुलपणाचा विश्वास बसला असावा. आणि ती दाणकन सायकलच्या मागच्या सीटवर उडी मारून बसली. मी आनंदात सायकल चालवायला लागल्यावर मला तीन गोष्टी अचानक समजल्या. एक म्हणजे मला वाटली होती तितकी ती नाजूक नव्हती. दुसरं म्हणजे आपले पाय जमिनीला टेकत नाहीयेत आणि तिसरं सगळ्यात महत्वाचं म्हणजे सायकलचे ब्रेक बिलकुल लागत नाहीयेत.

आणि पुढच्या चौकात जे दृश्य मी पाहिलं ते शुद्धीवर असतांनाचे शेवटचे दृश्य होते. चौकातून एक प्रेतयात्रा अगदी शांतपणे रामनाम सत्य आहे म्हणतं आमच्या सायकलीला बरोबर आडवी चालली होती. सगळी वाहन थांबून गेली होती. पण माझ्या सायकलला ब्रेक नव्हते. त्या मुळे माझी सायकल बरोबर मागच्या आणि पुढच्या खांदेकऱ्यांच्या मधून तिरडीच्या खालून पास होऊन गेली. पण पुढे जाऊन आडवी तिडवी होवून कोसळली. चष्मा कुठेतरी दूर जाऊन पडल्यामुळे माझ्या डोळ्यासमोर दिवसाढवळ्या काळोख पसरला.

माझं स्वप्न माझ्या डोळयसमोर नष्ट झालं. नंतर मला हॉस्पिटल मध्येच जाग आली.

बऱ्याच दिवसांनी मी कॉलेज ला गेलो. तेंव्हा त्या स्वप्न सुंदरीने मला ओळखच दाखवली नाही. कदाचीत मी पूर्वी पेक्षा जास्त स्मार्ट दिसायला लागलो असला पाहिजे. पण तेव्हढ्यातल्या तेव्हढ्यात मी तिच्या पायाकडे बघून घेतलं. दोन्ही पायातल्या चपला नवीनच दिसत होत्या.

पुढे यथावकाश माझं लग्न झालं आणि तुम्हाला तर माहीतच आहे की मी किती भोळा आहे. लग्नानंतर काही लपवून ठेवू नये म्हणून, म्हणजे कस उगाच गैरसमज होवू नये म्हणून, बायकोला लग्ना आधीचे हे औटघटकेचे प्रेम प्रकरण सांगून टाकलं. आणि यावर ती काय प्रतिक्रिया देते ते केविलवाण्या नजरेने बघत राहिलो. तर ती फिस्स करून हसायलाच लागली. इतकं जोरजोरात की तिच्या डोळ्यातून पाणी यायला लागलं.

" तुम्ही आणि प्रेम !!! कधी आरशात तोंड बघितलं आहे का स्वतःच ? " तिचा हा प्रश्न ऐकल्यावर माझा प्रामाणिक पणावरचा विश्वासच उडून गेलाय हो.

11

माझा पहिला विमान प्रवास

लग्न झाल्यानंतर जवळ जवळ पाच वर्षानंतर आपलं नशीब पुरेपूर फुटलं आहे याची बायकोची खात्रीच पटली.सुरवातीला एकदोन वर्ष थोडीफार आशा होती की तिच्या आयुष्यात काहीतरी सुखाचे क्षण असतील पण जसजसे दिवस पुढे सरकायला लागले तसंतशी तसतशी तिला समजून चुकलं की माझ्या सारख्या अरसिक माणसाशी लग्न करून तिने आयुष्यातली सगळ्यात मोठी चूक केली आहे.

कसली हौस नाही, कसली मौज नाही. कुठं येणं नाही की कुठं जाण नाही. कुठल्या तरी जन्माचं पाप या जन्मात भोगावं लागतंय. मी आहे म्हणून टिकली. वगैरे वगैरे आत्यंतिक निराशेचे विचार तिच्या मनात यायला लागायचे. मग ती माझ्याशी न बोलता घरातल्या भांड्यांशी जोरजोरात बोलायला लागायची. पाणी प्यायला जरी मागितलं तरी उखळा मध्ये मुसळ आपटतात तसा पेला जोरात आपटायची. जेवायला वाढतांनाही थोडंही प्रेम व्यक्त होणार नाही याची आटोकाट काळजी घ्यायची. मुलांशी पण बोलतांना जेव्हढं हिडीस फिडीस करता येईल तेव्हढं करायची.

माझा एक मित्र, संसारात सुखी होता असं तो म्हणायचा. त्याने मला एकदा सल्ला दिला,

" अरे बाबा वर्षातून एकदा तरी कुठंतरी बायको पोरांना घेऊन बाहेर जातं जावं, म्हणजे बघ बायको कशी खूष होऊन जाईल ते."

मला ही गोष्ट एकदम पटली. मी ठरवलं की आपण या वेळी बायको मुलांना खूष करून टाकायचं. माझ्या डोक्यात एकदम अफलातून आयडिया आली. ठरवलं की यावर्षी मस्त पैकी सगळ्या फॅमिलीला विमानात बसवून फिरवून आणायचं. झालं मी तिला सहज सांगावं तसं सांगितलं की,

" या दिवाळीत आपण सगळे विमानाने कुठंतरी फिरायला जाऊ या."

मी असं म्हटल्याबरोबर बायकोला तर माझ्या बद्दल एकदम अभिमानच वाटला. आमचं बोलणं पूर्ण व्हायच्या आत दोघही मुलं अभ्यास करता करता केंव्हा उठून चाळीत जाऊन सगळीकडे ही बातमी सांगून आली हेही आम्हाला कळलंच नाही.

आमचं बोलणं सुरु असतांनाच शेजारच्या मध्यम वयीन काकू आल्या आणि म्हणाल्या,

"अहो आत्ता मुलं जी सांगत होती ते खरं का. तुम्ही विमानाने जाणार आहात म्हणे."

"होय हो, पण अजून कुठं जायचं कधी जायचं काही ठरलेलं नाही. "

" मला वाटत की तुम्ही चार ठिकाणी व्यवस्थित चौकशी करूनच जावा म्हणजे ज्या विमान कंपन्यांच्या विमानांचा कमीत कमी अपघात झालेला असेल अशीच कंपनी निवडा."

"अहो, काकू असं थोडंच असतं ते."

" हे बघा, मला तुमची काळजी वाटली म्हणून सांगितलं. दुसरं म्हणजे काही ठराविक वजनाच्या वर विमानात नेता येत नाही बर ." त्या काकू बायकोकडे जरा बारकाईने न्याहाळून बोलायला लागल्या.

बायकोला त्यांच्या बोलण्याचा रोख कळला. ती थोडी चिडल्या सारखं बोलली.

" अहो, काकू ते सामानाबद्दल असते, माणसांच्या वजनाबद्दल नाही. आणि तुम्हाला काय वाटतं की मी विमानात बसली तर माझ्या वजनाने विमान हवेत उडूच शकणार नाही की काय. आणि वाढलं तर वाढलंय वजन. माझ्याच तर नवऱ्याच्या कमाईचं खातो ना. " ही चिडली की अजिबात ऐकत नाही.

" आहा काय पण तो तोरा दाखवता आहात. जस काही आम्ही कधी विमान पाहिलंच नाही की काय. आमच्या गावाला येवून बघा रोज हजारो विमान उडत असतात. आणि आजकाल तर काय झाडूवाले पण विमानातून प्रवास करून येतात. पण यांचा तोरा वेगळाच." कारण नसतांना काकू पण चवताळल्या होत्या. रागारागात त्या पुटपुटत घरी गेल्या.

तो पर्यंत सगळ्या चाळीत आमच्या विमान प्रवासा बद्दल कुजबुज सुरु झाली होती. प्रत्येक जणं वेगवेगळ्या सूचना देत होता. कपडे कोणते घालावे इथपासून ते पोटाला पट्टा कसा बांधावा लागतो इथं पर्यंत सूचनाच सूचना येत होत्या.

सर्वात पाहिलं म्हणजे गुरुजींचा सल्ला महत्वाचा होता. बायकोला कोण समजावणार. तिचा गुरुजींवर अढळ विश्वास होता. गुरुजींनी आम्हा सगळ्यांच्या प्रश्न कुंडल्या मांडल्या. खरं म्हणजे ते असे किरकोळ गोष्टी बघत नाही. पण केवळ आमचे घरगुती संबंध असल्या मुळे ते आम्हाला अगदी कमी पैशात सल्ला देत. मला सध्या गुरुबल चांगलं होतं. त्या मुळे प्रवासाला काही अडचण नव्हती. फक्त उडणाऱ्या विमान कंपनीची आणि माझी रास एकच असायला हवी होती.

" अहो, गुरुजी असं थोडंच असतं." मी काकुळतीने म्हटलं. "अशी राशीची विमान थोडीच असतात."

" असतात, असतात. मुळात तुम्हाला शोधायची ईच्छा नाही हे सांगा ना, तुमच्या नावाच्या राशीची विमान कंपनी नसेल ना तर रद्द करा तो प्रवास." बायकोने निर्वाणीचा निकाल जाहीर केला.

आता ही एक नवीन डोकेदुखी सुरु झाली. शेवटी आमच्या साहेबांचा मी या बाबतीत सल्ला घ्यायचं ठरवलं. कारण ते बऱ्याच वेळा विमानाने प्रवास करत असतं.

" माझ्या जन्म नावाची एखादी विमान कंपनी आहे का हो साहेब," मी निरागस पणे विचारलं त्यांना, तर खवचट पणे म्हणाले का हो,

"काय विमान कंपनी विकत वगैरे घ्यायचा विचार आहे की काय. त्या पेक्षा कामात लक्ष घाला जरा." माझा अंगाचा तिळपापड झाला नुसता. पण काय करणार, साहेब साहेब असतो.

शेवटी मी एका एजन्सी मध्येच जाऊन एका एजंट ला भेटलो. त्याने माझं म्हणणं ऐकून घेतलं आणि सांगितलं

"साहेब, तुमचं नाव दत्ता आहे ना मग तुम्ही दमानिया कंपनीने जा ना." मला तर त्याचं बोलणं देवदूता सारखाच वाटलं. मग त्याने कुठल्या देशात जायचं आहे ते विचारलं. " देशात म्हणजे देशातल्या देशातच जायचा विचार आहे ", असं मी म्हटल्यावर तो थोडा हिरमुसला. माझ्या कडे उघड उघडं दुर्लक्ष करून दुसऱ्या कस्टमरशी बोलायला लागला. पण मी चिकाटी सोडली नाही. म्हटलं," मला भाडे सांगा ना वेगवेगळ्या शहराचे. "

" साहेब, तुम्ही पहिल्यांदाच जाताय ना तर जवळच्या जवळ मुंबईहुन पुण्याला जा. म्हणजे तुमची हौस पण पूर्ण होईल आणि खर्च पण कमी होईल." त्याच्या

तोंडून कसा देवच बोलत होता. अचानक मला आठवलं की अरे हो, माझी चुलत बहीणच राहते ना पुण्याला. या निमित्ताने भेटही होऊन जाईल.

शेवटी बरीच चर्चा करून आम्ही पुण्याला विमानाने जायचे ठरवले. सकाळी अकरा वाजताच फ्लाईट होतं. उगाच वेळेवर तिकीट नाही मिळालं तर उभ्याने प्रवास करावा लागू नये म्हणून आम्ही तिकीट बुक करून टाकले. आणि आमचा प्रवास शंभर टक्के होणार याची सगळ्यांना खात्री पटली.

जायला एक महिना अवधी होता. पण तयारीला वेळ फार कमी वाटतं होता.

आता आमच्या पुढ अनेक प्रश्न निर्माण झाले होते. ज्यांची उत्तर आम्हालाही माहित नव्हती. उदाहरणार्थ बस सारखं विमान पण लागतं का, लागल्यास काय करावे लागते, विमानात टॉयलेट बाथरूम असते का, जेवणाची काय व्यवस्था असते. विमानात पोटाला बांधायचे पट्टे तिथंच मिळतात का घरून न्यावे लागतात. तिथेही विक्रेते येत असतात का. प्रश्नच प्रश्न होते.

आमच्या चाळीतला खवचटपणा सहज आठवला म्हणून सांगतो. शेजारच्या काकू माझ्या बायकोला म्हणाल्या की,

" विमानात तुम्ही गाण्याची प्रॅक्टिस करा. कारण लोकं खुर्चीला बांधलेले असतील आणि दुसरं कितीही त्रास झाला तरी उडत्या विमानातून उड्या नाही मारु शकणार, म्हणजे जीव गेला तरी चालेल पण तुम्हाला हक्काचा श्रोतेवर्ग मिळेल." आम्हाला का कळत नाही अशी कुजकट बोलणी. पण आम्ही अशा बोलण्याकडे दुर्लक्ष करतो.

मुलांना विमान प्रवासात त्रास होऊ नये, त्यांना विमान प्रकाराची सवय व्हावी म्हणून आम्ही त्यांना कागदी विमान उडवायला शिकवलं. ते आपले दिवसभर विमान उडवत बसायचे. त्यांना तसं करतांना पाहून मला राईट बंधूंची आठवण व्हायची.

आता माझा आणि माझ्या कुटूंबाचा जमिनीवर चालणाऱ्या, सरपटणाऱ्या गोष्टींशी संबंध राहणार नव्हता जास्त काळ म्हणून मी उडणाऱ्या पक्षांचं निरीक्षण करत बसायचो. तो उडतांना झेप कसा घेतो, पंख कसे पसरवतो वगैरे वगैरे. लोकांना माझ्या डोक्यात फरक झाल्या सारखं वाटायला लागलं होतं.

पुण्याचं एसी गाडीच भाडं नव्वद रुपये असतांना साडेबाराशे रुपये भरून मी जो विमान प्रवास करणार होतो त्याचा आनंद काय असतो ते कळायला मला पूर्व तयारी करणं गरजेचंच होतं.

म्हणून मी विमानाने ज्यांनी ज्यांनी प्रवास केलेला होता त्या लोकांना भेटून त्यांचे अनुभव जमा करत होतो. पण प्रत्यक्षात असा प्रवास करणारी मंडळी फारच

अरसिक वाटली, त्यांना प्रवासा पेक्षा वेळ वाचणं आणि हवाई सुंदऱ्या यातच जास्त रस दिसला.

अगोदर मी माझ्या चुलत बहिणीला आम्ही विमानाने पुण्याला येत असल्याच कळवून टाकलं. नाहीतर वेळेवर तिथं नसली तर, पुण्यात राहते म्हणून ही खबरदारी घेणं गरजेचं होतं. तिने पण येतोच आहेस तर तुझ्या कडे जो पाटा वरवंटा असाच पडलेला आहे तो जमला तर घेऊन ये असा निरोप दिला. तेंव्हा मी, विमानाने येत आहे ट्रक मधून नाही असं ठासून कळवलं तिला.

नवीन कपडे, बॅगा, चपला, बूट यांची खरेदी झाली.बघता बघता जाण्याचा दिवस उजाडला.

सकाळी अकरा वाजता विमान उडणार होतं. सकाळी लोकलला आत शिरता येणार नाही अशी गर्दी असल्याने पहाटे पहिल्या लोकलने निघावे असं ठरलं. त्या साठी गजर लावून ठेवला. सकाळी साडेपाच वाजेची पाहिली लोकल अंबरनाथ हुन निघणार होती. विमान तळाला जवळचे स्टेशन घाटकोपर होतं म्हणून तिथंच उतरायचं ठरवलं. सकाळी सकाळी पण गाडीला खूप गर्दी होती.

" काय हो इतक्या पहाटे एव्हढं सामान घेऊन कुठं निघालात राव " असं एका प्रवाशाने विचारल्या वर लगेच मी विमानाने पुण्याला चाललो आहे, मुलांची ईच्छा वगैरे बोलायला लागलो तर तो बाकीच ऐकून घ्यायच्या ऐवजी, अंदर जाओ ना फिर, यहा क्यू गर्दी करके खडा है असं संतापून म्हणाला.

आलं अखेर घाटकोपर. आम्ही एक टॅक्सी थांबवली. टॅक्सी वाल्याला विचारलं,

" विमानतळं पता है ना. पुना को जाना है." त्या टॅक्सी वाल्याला काहीच कौतुक वाटलं नाही. त्यानं निर्विकार पणे त्याने टॅक्सीचा दरवाजा उघडला आणि म्हणाला बैठो. मी आपला टॅक्सीच्या मीटर वर एकसारखी नजर लावून बसलो.

झालं एकदाचे आम्ही पोहोचलो विमान तळावर. इतके दिवस आकाशात दूरवर दिसणारी विमानं जमिनीवर उभी असलेली पाहून गंमत वाटत होती. मुलांना तर खेळायला मोकळे मैदानच मिळाले होते जणू. माझ्या पुढे एक मोठा गंभीर प्रश्न निर्माण झाला होता. एव्हढया गर्दीत आपलं विमान नेमकं कसं ओळखून काढायचं. कारण त्यांच्यावर काही एसटी सारख्या पाट्या पण लावलेल्या नसतात. मग मी त्यातल्या त्यात बऱ्या दिसणाऱ्या म्हणजे स्वभावाने म्हणतोय, अशा एका मुलीला फारच गोड आवाजात विचारलं की मला दमानिया कंपनीच्या विमानाने पुण्याला जायचं आहे, विमान कुठल्या फलाटावर लागेल. ती बरंच काय काय बोलली पण माझ्या काही जास्त लक्षातच आलं नाही, फक्त तिने दाखवलेल्या दिशेने आम्ही गेलो.

बरेच सोपस्कार पार पाडले. आणि एका बस मध्ये बसून आम्हाला आमच्या विमाना जवळ नेण्यात आलं. तिथं एक खूपच सुंदर दिसणारी मुलगी माझ्या कडे बघून खूप गोड हसतं म्हणाली या या सर. मला एकदम कृतकृत्य झाल्या सारखं वाटलं. पण मी खूप हुशार आहे. कधी कधी थोडंफार खोटं बोलून समोरच्याला आणि मला देखील सुखी करून घेतो.

" या विमानात सगळ्यात सुंदर स्त्री कोण आहे माहिती आहे का तुला ? " मी बायकोला विचारलं.

" ती टवळीच असेल, दुसरं कोण." बायकोने संतापाने म्हटलं.

"अजिबात नाही, सगळ्या विमानात फक्त तूच सुंदर दिसते आहेस," मी धडधडीत खोटं बोललो. बायको लाजली. पण प्रवास सुखाचा झाला.

मग त्या बाईने आम्हाला पट्टे बांधायला सांगितले. विमान चुकून पडलं तर हवाई छत्र्या उघडून उड्या कशा मारायच्या जमिनीवर अशा अनेक सूचना दिल्या.

मग आम्ही पट्टे बांधायला लागलो. बायको मुलांना बांधताच येत नव्हता, कारण सवय नव्हती ना त्यांना. शेवटी बांधले कसे बसे. मग चहा नाश्ता झाला. आम्ही चारही जणं एकमेकांकडे एकदम आनंदात बघत होतो. आमच्या पूर्ण खानदानात विमानात बसणारे आम्हीच होतो. विमान उंच उडालं. जास्तीत जास्त दहा पंधरा मिनिटं झाली असतील. लगेच सूचना झाली. कृपया पट्टे आवळा, विमान पुण्याला पोहोचते आहे. प्रवास तर केंव्हा संपला आम्हाला कळलंच नाही. लोहगाव विमान तळावर आम्ही उतरलो. तिथून बहिणी कडे गेलो.

बहिणीचा आम्ही विमानाने आलो यावर विश्वासच बसत नव्हता. तुझं वय वाढलंय पण थापा मारायची सवय नाही गेली अजून असं ती बायको समोर म्हणाली.

मित्रांनो, या गडबडीत मी ट्रेनची परतीची तिकीट काढायला विसरूनच गेलो होतो.आणि गाडयांना एव्हढी गर्दी होती की विचारूच नका. शेवटी पुणे मुंबई पॅसेंजर मध्ये कशी बशी टॉयलेटजवळच्या पॅसेज मध्ये जागा मिळाली आम्हाला. जागा भलेही टॉयलेट जवळ होती. पण आमच्या गप्पा विमान प्रवासाच्या होत्या. आजूबाजूच्या प्रवाश्यांना मात्र सगळंच्या सगळं कुटूंब असं कसं मनोरुग्ण असू शकत असं वाटून सगळे आमची कीव करत आमचं बोलणं ऐकून घेत होते.

यांचंही काही वाटतं नाही हो, पण एक हलकट शेजारी म्हणाला पुण्याला विमानाने कशाला गेलात तुम्ही. अहो एव्हढया पहाटे उठून, पायी जरी निघाला असताना तर या पेक्षा लवकर पोहोचला असता.

12

पहिला मोबाईल

आजकालची पिढी दर महिन्याला मैत्रीण बदलावी तसं नवीन मोबाईल घेते. असते एकेकाची आवड, आलं नवीन मॉडेल की चाललेच लगे घ्यायला. पण कितीही काळ बदलला, किंवा बाजारात कितीही नवंनवीन मॉडेल आलीत तरी पहिली गोष्ट कोणतीही असो, कोणीही असो, काहीही असो अजिबात मनातून जातं नाही. सगळ्याच नवलाईच्या गोष्टी तिच्याशी निगडीत असतात ना. मी फक्त मोबाईल बद्दल बोलतोय, लक्षात आहे ना.

प्रत्येक गोष्ट कारण नसतांना करण्याची, घेण्याची हौस हे माझं मोबाईल घ्यायच खरं कारण. जेंव्हा लोकं एकमेकांना समोरासमोर भेटून चौकश्या करायचे त्या काळात कारण आणि गरज नसतांना मी मोबाईल घेतला होता.

त्याच्या आधी आमच्या घरी लॅंडलाईन फोन होता. त्याच्या वर आमच्या घरातल्या लोकांपेक्षा इतरांचेच फोन जास्त यायचे. आणि मग याचा निरोप त्याला दे, त्याचा निरोप याला दे, त्याला बोलावून आण अशी समाजसेवेचीच कामं जास्त व्हायला लागली होती.

मला तर कधी आठवतंच नाही की लॅंडलाईन वर आम्हाला कधी फोन आला होता म्हणून. फोनची रिंग वाजली की आम्ही धावत पळत फोन जवळ जायचो. फोन उचलायचो आणि मग ज्याचा फोन असेल त्याला बोलवायला जायचो. चुकून फोन द्यायला किंवा निरोप सांगायला विसरलो की वाईटपणा यायचा.

एकदाच फक्त बायकोला एक फोन आला होता, दहा मिनिटं सगळं बोलून झाल्यावर लक्षात आलं की तो रॉंग नंबर होता. बिल मात्र खच्चून यायचं. लॅंडलाईनच बील भरायसाठी मला सायकल विकावी लागली आहे.

नंतर मोबाईलचा जमाना आल्यावर मी मोबाईल घ्यायचं ठरवलं. तेंव्हा तर इनकमिंग कॉलला पण पैसे लागायचे. पण हौसेला मोल नसतं ना.

हा मोबाईल, वजनाने मस्त दणकट होता. त्याला अँटिना सारखी एक छोटीशी एका बाजूला शेंडी होती. तो एव्हढा वजनदार होता की पॅन्टच्या ज्या खिशात तो ठेवलेला असायचा तो खिसा एका बाजूला झुकलेला असायचा.

तेंव्हा माणसं समोर भेटली तरी मी त्यांना फोनवर बोला ना, हा घ्या माझा नंबर. मग सविस्तर बोलू या, असं आग्रहाने सांगत असे. पण लोकांना त्या वेळी माझ्या फोनच कौतुक वाटत नसे.

आपल्या समाजात तुम्हाला माहितीच आहे ना की कोणाची प्रगती झालेली कोणाला आवडत नाही आणि सहनही होतं नाही. लोक माझ्या बद्दल आणि माझ्या मोबाईल बद्दल नेहमी कुचेष्टेने बोलायचे.

एकदा तर ऑफिस मधल्या लोकांची भांडण झाली. तेंव्हा एक बाई दुसऱ्या बाईला संतापून म्हणाली,

"माझ्या जास्त नादी लागू नको बर आधीच सांगून ठेवते. माझं जर डोकं फिरलं ना तर तो जोशींचा फोनच डोक्यात घालीन मी, समजलं का."

आणि खरोखरच माझ्या मोबाईलचा आकार पाहून त्या बाईने भीतीने डोळे गच्च मिटून घेतले.

बऱ्याच वेळा तर ऑफिस मधला प्युन, कागद उडू नये म्हणून मला त्या वर पेपरवेट म्हणून मोबाईल ठेवायला सांगायचा.

हे सगळं मला हिणवण्या साठी सगळे वागतात हे मला चांगलं समजायचं. मी लक्षच द्यायचो नाही. पण एकदा कहर झाला हो, आमच्या साहेबांच्या मेहुण्याने ट्रक घेतला. तर साहेबांनी मला बोलावून घेतलं, आस्थेने मोबाईल विकायचा आहे का असं हळुवार पणे विचारलं. मला वाटलं की कदाचित मेहुण्याला गाडीवर दूर दूर जावं लागतं असेल म्हणून मोबाईलची चौकशी करत असतील. मी म्हणालो,

"साहेब आजकाल मोबाईल स्वस्त झालेत. सेकंड हॅण्ड कशाला घेता. एव्हढयाच किमतीत नवीन येवून जाईल."

" अहो, काय आहे ना, नवीन ट्रकला नजर लागू नये म्हणून चप्पल बांधतात ना, मला वाटलं त्या ऐवजी तुमचा मोबाईल बांधला तर काय हरकत आहे."

आई शप्पत, माझं असं डोकं फिरलं होतं ना असं वाटतं होतं मोबाईल खरोखरच साहेबाच्या डोक्यात घालावा. पण मी राग आवरला. माझं डोकं एकदा फिरलं की मी कोणाचंच ऐकत नसतो म्हणून मी शक्यतो बायको समोर आणि साहेबा समोर डोकं फिरुच देत नाही. काहीही बोला, मी आपला शांतपणे मनातल्या मनात शंभर

पर्यंत अंक मोजत बसतो.

पण एकदा या मोबाईल ने मला जाम संकटात टाकलं होतं. त्या दिवसापासून मी तो फोन कार्डा सकट बंद करून टाकला. त्याच असं झालं होतं. सगळ्या दुनियाभरचे फोन नंबर, म्हणजे हिच्या मैत्रिणींचे, मुलाच्या मित्र मैत्रिणींचे, साहेब लोकांचे, त्यांच्या बायकांचे, भाजीवाले, किराणावाले, असे जे जे लोकं मोबाईल वापरत असतं त्या सगळयांचे नंबर माझ्या फोन मध्ये आवर्जून सेव्ह करून ठेवत असे.

त्या फोन मध्ये मेसेज एकाच वेळी सगळ्या नंबरांवर पाठवून देता येत असतं.

तेंव्हा असं व्हॅलेंटाईन डे वगैरेच एव्हढं फॅड नव्हतं. तरी म्हटलं आपण काही जवळच्या मित्रांना रात्री बारा वाजताच मेसेज करून आपलं प्रेम व्यक्त करू या. आणि कोणतं सेटिंग झालं देव जाणे.झाडून झटकून एकूण एक नंबरवर माझ्या फोन वरून हॅपी व्हॅलेंटाईन डे चा मेसेज तेरा फेब्रुवारीच्या रात्री बारा वाजता फॉरवर्ड झाला. आणि चवदा फेब्रुवारी, सगळ्या जगासाठी प्रेम व्यक्त करण्याचा दिवस माझ्या साठी मात्र काळ रात्र ठरला.

बारा वाजून दोन मिनिटांनंतर माझा फोन सतत वाजायला लागला. पाहिला साहेबाचा फोन होता,

"आज काय घेतली आहे की काय. माझ्या बायकोला हॅपी व्हॅलेंटाईन डे चा मेसेज पाठवता काय. उद्या ताबडतोब येवून भेटा मला ऑफिस मध्ये."

लगेच हिच्या लहान बहिणीचा (लहान कसली, चांगली कॉलेजला जाते ना) हिला फोन,

" हे काय ग ताई, बघ ना इतक्या रात्री जिजुंनी मला व्हॅलेंटाईन डे चा मेसेज पाठवला. लव्ह यू जीजू."

मग हिच्या मैत्रिणींचे फोन सुरु झाले.मग तर हिचा अवतार तुम्ही पाहायचा असता. एखादा देव अंगात आल्यावर त्या बायका कशा केस मोकळे सोडून घुमायला लागतात ना. तसंच मला वाटलं. आता तुम्हीच सांगा यात माझी काय चूक झाली होती.

मी आपला त त प प हे दोनच अक्षर आलटून पालटून म्हणतं होतो. रात्रभर या फोन मुळे मला काय कोणालाच झोप लागली नाही. दर दहा मिनिटांनी एक फोन यायचा. आम्ही हॅलो म्हटलं की तिकडून शिव्या सुरु व्हायच्या. शेवटी तो किंवा ती शिव्या देणारी व्यक्ती बोलून बोलून थकून जायची आणि, आम्हालाच ठेवा आता फोन असं म्हणून कट करून टाकायची. बऱ्याच जणांनी तर पोलिसात तक्रार करणार असल्याचा धमक्या दिल्या मला.

असा तो भीषण व्हॅलेंटाईन डे मी कसा विसरेन. सकाळीच बायको रागारागात उठली. तेव्हढ्यात कोणीतरी सज्जन व्यक्तीने मला हॅपी व्हॅलेंटाईन डे चा रिटर्न मेसेज पाठवल्याचा आवाज आला, बायको ने तो मेसेज वाचला आणि अच्छा असे धंदे चालतात का तुमचे असं म्हणून, आणा तो मोबाईल इकडे असं म्हणून माझा तो प्राण प्रिय पाहिला मोबाईल त्वेषाने उचलला आणि सरळ बंबात टाकून दिला.

आता काय, गेले ते दिवस, राहिल्या त्या आठवणी .

13

माझा वाढदिवस

मी कधी वाढदिवस साजरा करण्याच्या फंदात पडलोच नव्हतो. कारण तारखे पासून वर्षा पर्यंत, तिथी पासून वारा पर्यंत कशाचा कशाशी ताळमेळ नव्हता. आणि आईला किंवा बाबांना ती एव्हढी महत्वाची जागतिक घटना वाटली नव्हती की लक्षात ठेवावी. होळीच्या दहा पंधरा दिवस अलीकडं का पलीकडे, गुरुवारी का शनिवारी, संध्याकाळी किंवा सकाळी सहा ते अकरा च्या दरम्यान कदाचित माझा जन्म झाला असावा असा त्यांचा अंदाज होता. वार मात्र दत्त नावामुळे गुरुवारच असण्यावर एकमत झालं. शाळेत मात्र शिक्षकांनी सात जून टाकून वादच मिटवून टाकला.

आणि आमच्या घरी वाढदिवसाची मला आठवण पाच वर्षाचा घोडा झालाय, सहा वर्षाचा घोडा झालाय... अशा वाक्यांनी व्हायची. चिरंजीव, राजे, बाजीराव या नावाने वडील, तर कार्टा, दिवटा या नावाने आई, तर गाढवं, घोडा, बैल या नावाने मास्तर उल्लेख करायचे. वर्गातल्या मैत्रिणी मोरू, मामा किंवा शामळू म्हणायच्या तर वर्गमीत्र मराठीतले बहुतेक सर्व विशेषण मला लावत.

त्या वेळी वाढदिवस ही संकल्पनाच नव्हती. केक कापणं, चॉकलेट वाटणं, नवीन कपडे घालणं किंवा गिफ्ट वगैरे आणून पार्टी करणं हा प्रकारचं नव्हता. फारच भाग्यवान पोरगा असला तर औक्षण वगैरे व्हायचं. पण कोणी वाढदिवस साजरा करो किंवा ना करो वय वाढायचं थोडंच राहते. तसाच मी पण वाढत गेलो आणि बघता बघता चांगला साठ वर्षाचा झालो.

या वर्षी मात्र मुलांनी ठरवलं की माझा वाढदिवस दणक्यात साजरा करायचा. मुलगी आणि जावाई, मुलगा आणि सून दोघानीही आपसात ठरवून मला म्हणजे हिला तसा फोन केला. अर्थात अशा छोट्या मोठ्या गोष्टी साठी आमच्या घरात

कोणाला माझ्या परवानगीची प्रथाच ठेवलेली नाही आणि मी पण उगाच कोणत्याही गोष्टीला नकारही देत नाही आणि होकारही देत नाही. पण तरीही या वेळी उगीचच बोलून पाहिलं, कशाला करावा वाढदिवस वगैरे. पण माझ्या बोलण्याकडे कोणी जास्त लक्षच दिलं नाही.

पण लगेच बायकोने ज्ञानामृत पाजण्यास सुरवात केली.

" अहो, तुम्हाला एक हौस नाही.आपलं तर आयुष्य गेलं असंच. पण पोरांसाठी तर हो म्हणा ना. नाहीतरी तुम्हाला काय करायचं आहे. नुसता केक तर कापायचा आहे.अहो, त्या निमित्ताने जावाई सून, मुलगा मुलगी सगळे एकत्र येताहेत तर येवू द्याना. थोडं काळानुसार बदलायला शिका हो." बायकोच बौद्धिक घेणं सुरु झालं. मी काय बोलणार.

फक्त तुम्हाला म्हणून एक गोष्ट सांगतो. माझ्या लहानपणी एक माणूस सजवलेला नंदी बैल घेऊन यायचा. मी त्या बैलाचं निरीक्षण करून करून त्याची त्या ठेक्यात मान हलवायला शिकून गेलो होतो. लोकं तेंव्हा मला हसायचे. पण माझ्या सुखी संसाराचं रहस्य फक्त हाच नंदी बैल आहे हे मी अनुभवाने ठामपणे सांगतो.

सहा जूनला, ठीक रात्री बारा वाजता केक कापायचा आणि सात जूनला हॉटेल मध्ये जाऊन पार्टी करायची असा साधा सुटसुटीत कार्यक्रम त्यांनी आखला होता. मला पण एकदम भारावल्या सारखं झालं होतं हो. मुलं बायको अशी अचानक प्रेमळ वागायला लागली किंवा हळुवार गोड आवाजात बोलायला लागली की आजकाल असाच उर भरून येतो.

ठरवल्या प्रमाणे सहा जूनला संध्याकाळी दोन्ही मुलं घरी आली. त्या मुळे आमचं घर कसं भरल्या गोकुळा सारखं झालं.मुलगा सून, मुलगी जावाई खूप दिवसांनी एकमेकांना प्रत्यक्ष भेटत होते. त्या मुळे त्यांच्या गप्पा जोरदार रंगल्या होत्या. मी त्यांच्या गप्पात भाग घेण्याचा प्रयत्न केला तर दोघी जण म्हणजे मुलगा मुलगी एकाच वेळी माझ्यावर ओरडले,

" ओ बाबा, एकतर खूप दिवसांनी भेटतो आहे आम्ही. आम्हाला गप्पा मारु दया ना जरा. तुम्ही आत जाऊन आराम करा ना."

मग मी आपला बेडरूम मध्ये पुस्तकं वाचत पडलो होतो. बायको स्वयंपाक करत होती. तिला तर लेक जावाई, सून मुलगा सगळे जमल्याने खूप आनंद झाला होता.

" अहो, इतक्या दिवसांनी पोरं भेटली आहेत एकमेकांना, आणि तुम्ही काय असे लोळत पडला आहात. त्या पेक्षा जरा घर तरी झाडून घ्या. मी एकटी तरी काय

काय करू."

मग काय, ठेवलं पुस्तकं बाजूला आणि घेतलं घर झाडायला. सोफ्याखालून झाडत असतांना मुलांना पाय वर करावे लागल्याने ते वैतागले होते.

"काय बाबा, हे आधीच करून घ्यायचं ना. तुम्ही असं झाडता आहात की हॉटेल मध्ये खात असतांना तो पोरगा जमिनीवर पोछा मारतांना पाय बाजूला घ्यायला सांगतो ना तसं वाटतं." मुलगी माझ्यावर डाफरत म्हणाली.

" अहो, दाराच्या मागचा पण कचरा काढा बर नीट." हिने स्वयंपाक घरातून ऑर्डर दिली." आणि घर झाडून झालं की मला थोडा लसूण सोलून दया हं जरा." मग झाडून झाल्यावर मी लसूण सोलायला बसलो.

नेमका पंखा बंद करायला विसरलो. त्या मुळे सोललेल्या लसणाची टरफल सगळ्या घरभर पसरली. हिने सहज येउन पाहिलं तर सगळी कडे टरफलच टरफल.

" बाई, बाई, एक कामं सांगितलं की तुम्ही दहा कामं वाढवून ठेवता. तुम्हाला माहिती आहे ना, कामं करायला आहे ही मजबूत. साध्या साध्या गोष्टी तुम्हाला कशा सांगाव्या लागतात हो." लगेच हिचे मोनोलॉग सुरु होतात.

झालं मी काहीच प्रत्युत्तर दिलं नाही. मुकाट्याने झाडू घेतला. परत घर झाडायला लागलो. पोरं पत्ते खेळत होती, बायको स्वयंपाक करत होती. मी घर झाडत होतो. सात वाजता जेवण झाल्यावर पोरं म्हणाली,

" आई तू चल आमच्या बरोबर. आपण केक आणू या आणि बाबांना ड्रेस घेऊन येवू. "

मी पण बाहेर जाण्यासाठी कपडे घालायला लागलो तर बायको म्हणाली,

" अहो, तुम्ही कशाला येताय. तुमच्या समोरच तुमच्या साठी गिफ्ट घेतलं तर काही थ्रिल राहणार आहे का. त्या पेक्षा आम्ही येतो मार्केट मधून तोवर तुम्ही गोवारीच्या शेंगा निवडून ठेवा ना."

मुलं गेली मार्केटला. मी बसलो शेंगा निवडत.

साडे आठ पर्यंत सगळे आले. वाढदिवसांसाठी बरीच खरेदी केलेली दिसत होती सगळ्यांनी. जेवणं झाल्यावर,

" हे बघा बाबा, आई साठी ड्रेस घेतला आहे. कसा आहे रंग," मुलीने विचारल्या बरोबर मी न पाहताच, " छान आहे, मस्त आहे " असं गडबडीत म्हणालो.

"अहो ती ड्रेस बद्दल विचारते आहे जो अजून तुम्ही बघितला पण नाही. "

"अग तुला काय काहीही शोभून जातं.जातीच्या सुंदराला काय काहीही शोभून दिसतं." मी विनोद करण्याचा केविलवाणा प्रयत्न केला. त्या वर तिचं उत्तर तयारच

होतं.

" पण एखाद्याच्या अंगावर गुलाबी रंग जास्त खुलून उठतो नाही का,म्हणून तर ती माझी गुलाबी साडीतली मामे बहीण लक्षात राहिली होती तुमच्या, एव्हढया भर लग्नात पण." बायको टोला मारायची एकही संधी सोडत नाही.

प्रत्येकाने एकमेकांसाठी काय काय गिफ्ट आणले होते. ते दाखवणं सुरु होतं.

"दादा हे घड्याळ आवडलं ना तुला नक्की, मुलगी भावाला विचारत होती. आणि ताई जीजूंसाठी घेतलेला रिबोन चा गॉगल काय मस्त दिसतोय ना ."

सुनबाई साठी आणि मुलीसाठी बायकोने पण एक चकल्या पाडायचा साचा, एक झारा, एक डिनर सेट, काही प्लास्टिक चे डिझाईनचे सारखे दिसणारे डब्बे असं बरंच काय काय सामान घेतलेलं दिसत होतं.

"अरे माझ्या साठी काय आणलंय ते तर दाखवा," मी वातावरणात उत्साह भरण्यासाठी बर्थडे बॉय असल्याचा फायदा घेत म्हटलं.

"थांबा हो, तुम्ही. जिथं तिथं घाई. अरे लग्नात पण पंगतीत आम्ही पहिल्यांदाच सोबत जेवायला बसलो होतो. तिथंही हा माणूस थांबतच नव्हता. काहीही वाढलं ताटात की लगेच संपवून टाकायचा. भजी वाढली टाक गिळून. काही पानात पडायचाच अवकाश की संपलंच पाहिजे. कढी आली टाक संपवून. मठ्ठा आला, लाव द्रोण तोंडाला आणि टाक गटागटा पिऊन. "

आता मला सांगा, दिवसभर उपाशी होतो लग्नात, भूक लागली होती दाबून. काय होतं खाल्लं तर. आता मला कोणी सांगितलंच नव्हतं की एकमेकांना भरवायचं होतं ते. माझं आपलं मन लावून, पडलं पानात की टाक संपवून असं सुरु होतं. पण आता इतक्या वर्षांनी ही गोष्ट काढून काही उपयोग होता का. आणि पहिल्यांदा लग्न करणाऱ्या कडून चुका होणारच ना.

"आणलं आहे बर तुमच्या साठी पण, तुम्ही थोडा धीर धरा." बायको माझी समजूत घातल्या सारखी बोलली. मी काय बोलणार. घेतलं पुस्तकं आणि बसलो वाचत.मग मुलांनीही आपापले मोबाईल काढले आणि त्यात गुंगून गेले. हळूहळू वेळ पुढे सरकायला लागला. सगळे जण आपापल्या मोबाईलमध्ये बारा वाजायची वाट पाहात काय काय करत बसला होता. मुलाने तर रात्री बाराचा गजरच लावला आणि झोपून गेला. बाकीचे जांभोळ्या देत देत, अधून मधून घड्याळात पाहात बारा कधी वाजताहेत याची वाट पाहात होते.

"मी काय म्हणतो, बारा वाजेची कशाला वाट पाहायची, थोडं लवकर घ्या ना आटोपून. काय फरक पडतो. " मी आपलं त्यांना त्रास होवू नये म्हणून म्हटलं.

" काय हो, हा समजूतदार पणा लग्नाच्या वेळी कुठं गेला होता तुमचा. आधी वैदिक पद्धतीने विधी आटोपून घेऊ म्हटलं होतं माझ्या बाबांनी तर तुमचा तो दाढी मिशा वाढवलेला मामा, आम्हाला शॉर्ट कट नकोय, सगळं कसं विधिपूर्वक व्हायला पाहिजे असं नाकाने कांदे सोलत होता." बायकोची मेमरी एकदम शार्प आहे अशा बाबतीत. मी आपला नेहमी प्रमाणे गप्प बसलो.

शेवटी बारा वाजले. मुलगा खडबडून उठला. सुनबाई उठली.जावाई , मुलगी सगळे उठले. बायको तर ताड्कन उठली. सगळे माझ्या वरच वैतागले,

"बाबा, आता वेळ नका करू. फटाफट तयार व्हा. ह्या पैकी आवडेल तो ड्रेस घाला." असं म्हणून त्याने माझ्या जवळ दोन ड्रेस दिले . मी तो ड्रेस घालायला गेलो. पण एकही ड्रेस प्रॉपर होईना. त्या पैकी एक शर्ट पॅन्ट फारच लहान होतं होती तर दुसरी एकदम मोठी.

इकडे मुलगी केक आणायला फ्रिज कडे गेली तर केकही सापडेना.

" वहिनी, कुठं गेला ग केक." मुलीने विचारलं.

" अहो, तुमच्याच हातात होता ना. " वहिनी.

"अग बाई, मला वाटत की केक त्या केकच्याच शॉप मध्ये राहिला असावा. बघा ना हे घाई किती करत होते सारखी बाबांना ड्रेस घ्यायचाय, बाबांना ड्रेस घ्यायचाय. घ्या आता काय करायचं. केकचं नाहीये. उद्या आठ शिवाय दुकान उघडणार पण नाही. "

" हा हे सापडलं फक्त", असं म्हणून वहिनीने एक कागदी त्रिकोणी शंकूच्या आकाराची टोकावर गोंडा लावलेली टोपी काढली. त्यावर चांदण्या काढलेल्या होत्या आणि हॅपी बर्थडे असं लिहिलेलं होतं.

" जाऊ दया, काही होतं नाही." बायको म्हणाली.

" नाहीतरी यांना रेडिमेड ड्रेस कधीही व्यवस्थित बसतच नाहीत. आणि असंही आज त्यांचा वाढदिवस उद्याच आहे.आज नवीन कपडे घालून काय करायचं.

आज आपण त्यांना ही टोपी घालून बर्थडे विश करू या. आणि मिठाई खाऊ घालूया. असंही केक कापण्याची आपली संस्कृती नाहीच आहे." बायको मला शास्त्र समजावत होती.

" मिठाई कुठं आहे ? " म्हटल्यावर मुलाने आणि जावयाने विसरलो अशा नकारार्थी अर्थाने हाताच्या खुणांनी आणि चेहऱ्याच्या हावभावांनी एकमेकांना खुणावले.

" अरे त्यात काय एव्हढं विशेष.मिठाई साखरे पासूनच तर बनते. साखर तर आहे घरात." बायको मुलांना समजावत होती.

"अहो, कपडे काय घालताय, लग्न आहे का, नुसती ती टोपी घाला डोक्यात, म्हणजे वाढदिवसाचं फील येईल आणि साखर खाऊ घाल ग त्यांना." मध्यरात्री बायकोतली सासू जागी झाली.

तेव्हढ्यात बरोबर बारा वाजता हिच्या लग्नात गुलाबी साडी नेसलेल्या मामे बहिणीचा माझ्या फोनवर व्हिडिओ कॉल आला बायको टवकारून बघत असताना मी तो कॉल उचलला.

मी नुसत्या बनियान वर ती मोठ्ठं आईस्क्रीमचा कोन असावा अशी टोपी घालून बसलो, केक नव्हता. ते पाहून ती भर रात्री खी खीं करत हसत सुटली. फोनवर जोरजोरात मला, " हॅप्पी बर्थडे जिज्जू " असं खिंकाळून म्हणायला लागली. मी आपला वेंधळ्यासारखं तिला," सेम टू यू , सेम टू यू," म्हणून पार वाया गेलो. आता भर मध्यरात्री फोन केल्यावर थोडं गोंधळल्या सारखं होणारच ना. आता यात चिडण्यासारख काय होत ते मला अजूनही समजलेलं नाही.

मग मुलांनी साखर खाऊ घातली. जोर जोरात हॅपी बर्थडे सॉंग म्हटलं. आणि ,"लव्ह यू डॅडी . मजा आली या वाढदिवसाला" असं म्हणतं, गुड नाईट म्हणतं सकाळी ड्युटीवर जायचं म्हणून सगळे लगेच झोपायला निघून गेले.

असा होता माझा वाढदिवस. सगळे अजून त्या आठवणीने शहारतात. मी मात्र या वाढदिवसाच्या आठवणीने अजूनही भारावून जातो. कारण पुढच्या वेळी मावशीला आधीच बोलावून घेवू या, असं मुलं आपसात बोलतांना मी स्वतःच्या कानाने ऐकलं आहे.

14

अशीही एक रात्र

शेवटी सगळं सूख नशिबात असावं लागतं. हेचं खरं. आमच्या नशिबात मोगऱ्याच्या फुलाचा सुगंध यायच्या ऐवजी झंडू बामचा वास येतो. किंवा ऑफीस मधून खरोखरचा मोगऱ्याचा गजरा आणला तर घरी आल्यावर बायको साई बाबांसारखी डोक्याला कपडा बांधलेली दिसते.

सगळ्यांचा एक गैरसमज समज असतो की रात्र म्हणजे रोमँटिक वगैरे असते. कवी लोकांच्या रात्रीत तरं चंद्र, तारे, गजरे, फुलं, उसासे , त्या मदभऱ्या रोमँटिक कविता आणि मग त्यात प्रेयसीचा चेहरा असं सगळं काही मस्त मस्त असतं. आमच्या नशिबात असं निर्भेळ रोमँटिक सुखं कुठं आहे हो.

आमच्या झोपण्या पूर्वीच्या सूचना कशा असतात, जरा बघून घ्या.

" अहो ऐका ना, झोपण्या पूर्वी गॅस बंद केला आहे का जरा बघून घ्या आणि येता येता दूध थंड झाले असेल तर फ्रिज मध्ये ठेऊन दया. (आमच्या घरी फ्रिज आहे, माहिती आहे ना)" - सूचना क्रमांक एक

"अहो, ऐका ना, येता येता किचन मधला लाईट पण बंद करून या. " - सूचना क्रमांक दोन

"आणि सगळीकडे हिट मारा बर, परवा मच्छरांमुळे माझी बिलकुल झोप झाली नव्हती. तुम्ही मस्त घोरत होता. " - सूचना क्रमांक तीन

"अहो, ऐका ना, पुढच्या दाराची कडी व्यवस्थित लावलेली आहे की नाही ते पण जरा बघून या ना गडे. " - सूचना क्रमांक चार

" अहो, ऐका ना, झोपायला येण्या पूर्वी ती बामची बाटली घेऊन या ना. आज मेलं दिवसा थोडही आडव पडायला मिळालं नाही. तुमचं एक बरं आहे बाई, तुम्हाला ऑफीस मध्ये थोडावेळ का होईना झोप काढता येते. माझ्या नशिबात

कुठं आहे हे सूख." - सूचना क्रमांक पाच

"आणि हो, पावसाळ्याचे दिवस आहेत, सकाळी उठल्या बरोबर आधी अंडरपँट बनियान वाळलेले आहेत की नाही हे बघितल्यावरच अंगावरचे भिजवा बर. नाही तर होईल फजिती मागच्या सारखी." - सूचना क्रमांक सहा

आता मागे काय फजिती झाली होती हे काही एव्हढं डिटेल मध्ये सांगत बसत नाही. कारण त्या वेळी मी जे भोगलं त्याला तोडच नव्हती. आधी बघितलं नाही की कपडे वाळले आहेत की नाही आणि टाकले अंगावरचे कपडे भिजवून. मग काय करणार, गेलो तसाच ऑफिसला बिना अंडरपँट बनियन घालता. डायरेक्ट शर्ट पॅन्ट घालून. म्हटलं कोणाला काय कळणार आहे ईतकी आतली गोष्ट.

त्या दिवशी नेमका मोबाईल पण चार्ज करायला विसरून गेलो होतो. क्षणोक्षणी माझी सतत काळजी करणाऱ्या बायकोने त्या दिवशी सरळ ऑफिस मध्ये साहेबांनाच फोन करून सगळी हकीकत सांगितली आणि न विसरता काळजीने मला विचारायला सांगितलं, की साहेब तुम्हीच विचारा हो यांना. यांनी आज नेमके कोणते कपडे घातले आहेत. कारण दोन्ही कपडे घरीच वाळताहेत. मी विचारलं तर भडकतात. मग पुढे काय झालं विचारूच नका.पार शिपाया पर्यंत सगळ्यांनी मला पावसाळ्यात कसे वागावे या बद्दल काय काय सूचना दिल्या.निमूटपणे ऐकून घेण्याखेरीज मी काय करू शकत होतो.

आणि झोपतांनाची शेवटची सूचना असते,

" तुम्ही झोपायला जाल ना तेंव्हा टीव्ही बंद करून टाका बर का. काय ना दिवसभर टीव्ही पाहायला वेळच मिळत नाही."

आणि मग ती झोपेपर्यंत आपण जाग राहायचं. मग अलगद टीव्ही बंद करून टाकायचा आणि मग ती गाढ झोपलेली आहे याची खात्री झाली की हळूच मोबाईल काढायचा.... आणि.... (आलेच ना तुमच्या मनात वाईट विचार, वाटलच मला) मग काहीतरी खरडायचा प्रयत्न करायचा.

असा असतो आमचा रोजचा झोपण्या पूर्वीचा दिनक्रम. कालही असंच छान झोपण्या पूर्वीच बॅकराऊंड तयार झालं होतं. छान बामचा वास दरवळत होता. बायकोने डोक्याला माझे बनियन घट्ट बांधलेले होते.

मी विषय लिहायला घेतला... रात्रीस खेळ चाले.. थोडी भीतीच वाटली अगोदर. कारण या नावाची एक भयंकर सिरीयल असायची टीव्ही वर. पूर्वी मी भूतांखेतांना खूप घाबरायचो. आता लग्न झाल्यानंतर ती भीती पार नाहीशी होऊन गेली. आता उलट त्या भुतांचा हेवा वाटतो. सुटले बिचारे संसाराच्या व्यापातून म्हणून.

हो, मला हा प्रश्न नेहमी पडतो हो की, बायका एकमेकींशी भांडताना हडळ मेली असा उल्लेख करतात, पण माणसं मात्र एकमेकांना कधीच हे भूता किंवा हे वेताळा अस म्हणतं नाहीत .का बर असं असेल. का उगाच कोणाला कशाला दुखवायचं बिचाऱ्याला, आधीच मेलेला आहे,मेलेल्याला अजून काय मारायचं जाऊ द्या, असा व्यापक विचार तर ही दयाळू माणसं करत नसतील ना कुणास ठाऊक. जिज्ञासू लोकांना अभ्यासाचा विषय आहे हा.

तर मी हा विषय ठरवला आणि काय बर लिहावं या विचारातच पडलो.

तेव्हढ्यात बायकोने किंकाळी फोडली आणि अंथरुणात उठून बसली. तिच्या किंकाळीने माझ्या अंगावर साळूंद्री सारखे काटे उभे राहिले.

" अहो, बघत काय राहिलात, लाईट लावा ना. काहीतरी अंगावरून सरपटत गेल्या सारखं वाटलं मला. "

मी लगेच आज्ञाधारक पणे लाईट लावला. तर एक लालभडक, मोठं मोठ्या मिशा असलेलं झुरळ इकडे तिकडे गार्डन मध्ये फिरत असल्या सारखं फिरत होतं.

तसा मी झुरळं पालींना घाबरत नाही. पण उगाच त्या छोट्या जीवांना मारायला मन लागत नाही. मधूनच कधी तरी छातीत धडधड होते , तोंडाला कोरड पडल्या सारखं होऊन बोबडी वळल्या सारखी होते तेव्हढंच.

म्हणजे मारायचं ठरवलं तर मारु शकतो पण दिलं है की मानता नही आणि मारायचंच झालं तर वाघ सिंहा सारख्या मोठ्या प्राण्यांना मारावे या छुटपूट प्राण्यांना मारण्यात काय पुरुषार्थ. म्हणून मी ह्या प्राण्यांच्या मागे लागत नाही.

म्हणून बायकोने ते झुरळं दाखवल्या बरोबर मी पलंगावर उभा राहून गेलो. बायकोला ,

" हा झाडू घे, पकड त्याला, घाबरू नको, बरोबर हाण काठी" असे उत्साह वाढावा म्हणून बोलत राहिलो.

बायको झाडू आणायला किचन मध्ये गेली. ती झाडू घेऊन येई पर्यंत त्या झुरळाने विमाना सारखं उडायला सुरवात केली हो आणि मग काय विचारता. झुरळाला उडतांना पाहून माझी तर बोबडीच वळली. मी अंगावर पांघरूण घेऊन बसलो. बायको हातात झाडू घेऊन आली. तिने चादरीवर बसलेले ते झुरळ पाहिले आणि दात ओठ खाऊन त्याच्या वर टोला हाणला. त्या बरोबर ते सरसर कुठं पळाले कळलंच नाही पण मी मात्र ओय ओय करत थयथयाट करत एक पाय वर पकडून नाचायलाच लागलो.

बायकोने हलक्या हाताने जरी मारला तरी फटका किती जोरात बसतो हे सत्य मला अर्ध्या रात्री समजलं. पण माझ्या ओरडण्या कडे तिचं लक्षच नव्हतं. तिला

दिसत होतं फक्त ते झुरळ.

नेमकं आज त्या झुरळाला उडायला कसला एव्हढा उत्साह आला होता तेच समजत नव्हतं. त्याच्या त्या भरारी घेण्यात मला माझ्या बायकोशी एव्हढी समर्थपणे टक्कर घेण्याची जिद्द दिसत होती. तर कधी मला घेऊन जायला यमराजाचं विमान आलं आहे की काय असा भास होतं होता. बायको तर एकतर तू तरी राहशील नाही तर मी तरी राहील अशा जिद्दीने फटाफट वार करत होती. शेवटी ते झुरळ झर्रकन पलंगा खाली पसार झालं. कुठं गेलं तेच समजलं नाही.

बायको शांतपणे पुन्हा झोपी गेली. माझ्या मात्र डोळ्याला डोळा लागेना. थोडा जरी डोळा लागला तरी डोळ्यसमोर ते मिशा पिंजारत फिरणारं झुरळ उडायला लागायचं. बघता बघता त्याचा आकार भला मोठा व्हायचा. मग मी किंचाळत उठायचो.

अशी रात्र संपून गेली. सकाळी सकाळी बायकोने उठवलं. म्हणाली अहो तुमच्या समोर मी त्या झुरळाला मारून टाकलं तरी तुम्ही आपले रात्रभर,

" अग आलं ते, मार त्याला, हाण जोरात टोला असं सारखे ओरडत होता. ना धड स्वतः झोपला ना मला झोपू दिलं."

असा झाला बुवा रात्रीचा खेळ !

15

आमचा टीव्ही

त्या काळात आजच्या सारखे घरोघरी टीव्ही नव्हते. शंभर घरामागे एखादा टीव्ही असायचा. तोही ब्लॅक अँड व्हाईट. कार्यक्रम पण अगदी ठरलेल्या वेळेतच असायचे. त्या मुळे ज्याच्या घरी टीव्ही असायचा त्याचं समाजातलं स्थान फार वेगळं असायचं. आम्ही टीव्ही घेतला तेंव्हा फक्त घरच्या घरी मस्त करमणूक होईल. छान छान चित्रपट पाहता येतील. बरंच ज्ञान वाढेल. असे अनेक उदात्त हेतू डोक्यात होते.

शेवटी एका शुभ मुहूर्तावर आम्ही टीव्ही घरी आणला. त्या आधी त्या काळी टीव्ही पाहण्यासाठी एक अँटिना लावावी लागायची, एक माणूस येवून लावून गेला. अँटिनाची वायर टीव्ही ला जोडून योग्य ते सेटिंग करून टीव्ही चालू करून दिला. जेंव्हा टीव्ही वर हलत बोलतं चित्रं दिसलं तेंव्हा आमचा आनंद गगनात मावेनासा झाला.

आम्ही लगेच टीव्ही ला हळदी कुंकू लावलं आणि टीव्ही सुरु केला. शेवटी आपली संस्कृती आपणच जपायला नको का. चाळीत पेढे वाटले. सगळे जण येवून अभिनंदन करत होते. आम्हीही त्यांना संध्याकाळी या कार्यक्रम पाहायला असं मनापासून आमंत्रण देत होतो.

मला अजून आठवत की तो सोमवारचा दिवस होता. संध्याकाळची पाच वाजेची वेळ होती. एकेक जण घरात जमा व्हायला लागला. मी झोपलो होतो. मला उठवलं गेलं.

" काय झोपता राव, उठा, आता प्रोग्राम सुरु होईल की ." बाजूचे नाना मला गदागदा हलवून उठवत होते.

मी आपला पलंगावर उठून बसलो, तोंड धुवायला गेलो. येवून पाहतो तर घरभर ही गर्दी जमा झालेलली होती. पलंगावर जिथं जिथं जागा सापडली होती तिथं तिथं मोठी माणसं, पोरंसोरं दाटीवाटीने बसलेली होती. घरात खाली सतरंजी टाकून सगळे इतक्या दाटीवाटीने बसले होते की आत मुंगी शिरायला जागा नव्हती. बाहेर चपलांचा ढीग जमा झाला होता.

आम्हा नवरा बायकोलाच कुठे बसायला जागा नव्हती. आम्ही उभेच होतो. कोणाला पाणी दे. कोणाला चहा दे. कोणाला काही कोणाला काही, आमची नुसती धावपळ सुरु झाली होती. त्यात कोणाचा कोणाला धक्का लागला तर लगेच हमरा तुमरी वर गोष्टी येत होत्या. मग एकमेकांचे पगार काढले जातं होते आईवडिलांचा उद्धार केला जात होता . असा नुसता गोंधळ सुरु होता. त्यांना शांत करता करता मुश्किल होतं होतं.

एकदाचा टीव्ही सुरु झाला. सगळे श्वास रोखून विज्ञानाचा हा चमत्कार पाहत राहिले. दूरदर्शनच ते प्रसिद्ध म्युझिक सुरु झालं. आणि नंतर साप्ताहिकी नावाचा कार्यक्रम सुरु झाला. त्यात कोणत्या दिवशी कोणत्या वेळी कोणता कार्यक्रम असणार त्याची माहिती देणार होते. सगळेजणं हातात कागद पेन घेऊन सरसावून बसले. सगळ्यांनी वार वेळ लिहून कार्यक्रम लिहून काढले.

रोज संध्याकाळी रामायण लागणार होतं. ते सुरु झालं. त्या नंतर हिंदी गाण्यांचा कार्यक्रम सुरु झाला. सगळे श्वास रोखून बघू लागले. सहा वाजेपासून अकरा वाजेपर्यंत कोणीही कुठेच हललं नाही. पण आम्हा दोघांना काहीच पाहता येत नव्हतं आलेल्या लोकांची सरबराई करावी लागतं होती. कोणाला काय हवं, काय नको ते पाहावं लागतं होतं.

दुसऱ्या दिवशी रामायण सुरु झालं आणि मग तर विचारूच नका. कार्यक्रम संपल्यावर टीव्ही समोर दिवा अगरबत्ती ओवाळून आरती केली गेली. नारळ फोडून प्रसाद वाटला गेला. रामाचा मोठ्या आवाजात जयजयकार केला गेला.

हा सर्व खर्च टीव्ही माझा असल्याने मीच करावा आणि सर्वच्या सर्व पुण्य मीच प्राप्त करून घ्यावे असं सगळ्यांचं मत पडलं. त्या दिवसात जणू काही एखादा भागवत सप्ताह असावा असं सगळं वातावरण असायचं. रामायण सिरीयल मध्ये जो कार्यक्रम दाखवला जायचा तो समारंभ आम्ही चाळीत साजरा करायचो. मग त्यात रामजन्म असला की इकडे आमची तयारी सुरु व्हायची. एकंदरीत सगळं वातावरण भक्तिमय होतं.

रामायण परवडलं पण एकदा एक सिनेमा आम्हाला फार महागात पडला. त्या दिवशी टीव्ही वर जय संतोषी मा पिक्चर लागला होता. सगळे मनलावून पिक्चर

पाहात होते. इंटर्वलला माझ्या बायकोने सगळ्यांना लिंबाचं सरबत दिलं आणि काय सांगू. एका बाईच्या अंगात संतोषी माता आली आणि ती बाई एकाएकी घुमायला लागली. जोरजोरात आळोखे पिळोखे द्यायला लागली. " माझा ईथे अपमान झाला आहे " असे ओरडायला लागली. तिचा कोणी अपमान केला आहे हे कोणाच्याच लक्षात येईना. जो तो एकदुसरी कडे पाहू लागला.

एका समजदार, पोक्त आणि अनुभवी बाईने तिला हळदी कुंकू लावलं आणि विचारलं,

" आई, कोणाकडून चूक झाली ते तर सांग. तू बोलल्या खेरीज कसे कळणार."

ती बाई जोरजोरात घुमायला लागली आणि किंचाळत म्हणाली,

" टीव्ही मालकिणीने अपमान केलाय माझा लिंबू सरबत वाटून. माझा व्रत भंग झालाय. मी शाप देईन." ती चवताळून बोलत होती.

आम्ही तर घाबरूनच गेलो. आमच्या हे ध्यानी मनीच नव्हतं की लिंबू सरबत दिल्याने कोणाच्या अंगात देवी येईल. त्या पोक्त बाईने माझ्या बायकोला त्या बाई पुढे नाक घासून माफी मागायला सांगितली. तिकडे तो पिक्चर सुरु होता आणि इकडे हा.

सुरुवातीला ती देवी ऐकायलाच तयार नव्हती. शेवटी त्या पोक्त बाईने खूप रिक्वेस्ट केली, तेंव्हा ती म्हणाली की,

" येत्या शुक्रवारी हिरव्या रंगाचं एक इरकली नवीन डिझाइनींच, मोठ्या काठाचं, मध्ये मध्ये थोड्या फुलांच्या डिझाइनींच आणि मोठ्या पदराचं, आणि सेम रंगाचं मॅचिंग असलेलं ब्लाउज पीस, मॅचिंग बांगडया आणि हलकीशी फेंट रंगाची लिपस्टिक, काळा मस्करा, काजळाची नेल्को कंपनीची पेन्सिल अश्या अनेक वस्तू, सौभाग्याचं लेणं आणून ओटी भरायची, मुलांना जेवायला बोलवायचं. त्यांनाही कपडे वगैरे द्यायचे. तरच माझा कोप कमी होईल"

असे अनेक उपाय सांगितले. नेमकी त्याचं वेळी पिक्चर मध्ये गाणं सुरु झालं जय जय संतोषी माता जय जय मा. मग तर त्या बाईच घुमणं जोरात सुरु झालं. सगळे जणं आमच्या वर देवीच्या मागण्या पूर्ण करण्यासाठी जबरदस्ती करायला लागले. शेवटी आम्हालाही खूप भीती वाटत होती. आम्हाला ते मान्य करण्या वाचून गत्यंतर नव्हतं.

पुढचा शुक्रवार असा नवस फेडण्यात गेला.आम्ही आणलेलं पातळ चांगलं नव्हतं असं देवीचं म्हणणं होतं. त्या मुळे सगळं करूनही देवी अंगात आलेली बाई नाराजच होती.

या टीव्ही च्या गोंधळात आमची दुपारची, संध्याकाळची झोप गेली. जेवणाच्या वेळा बदलल्या. खर्च तर सोडाच पण आम्हाला एकमेकांशी बोलायलाही फुरसत मिळत नसे.

एकांत तर पूर्ण नष्ट झाला होता. आमची करमणूक होतं होती की आम्ही इतरांची हेच आम्हाला कळत नव्हतं.

संध्याकाळी ऑफिस मधून घरी आलो तर हॉल मध्ये टीव्हीच्या समोर प्रत्येक फुटावर वाट्या, चमचे, पोळपाट, घडी केलेल्या पँटी, बनियान, पाट्या, पुस्तकं अशा अनेक वस्तू घरभर शिस्तीत मांडून ठेवलेल्या होत्या. कुठंही रिकामी जागा राहिलेली नव्हती. पलंगावर, खुर्चीवर पण वेगवेगळ्या वस्तू ठेवलेल्या होत्या. ज्यांच्या हातच्या पुरणपोळ्या सगळ्या चाळीत प्रसिद्ध होत्या त्या भीमाकाकूंचा पुरण वाटायचा पाटा आणि वरवंटा देखील भिंतीला टेकवून उभा करून ठेवलेला होता.

हा काय प्रकार आहे, असं मी विचारताच बायकोने समजावून सांगितलं की मी ऑफिस मध्ये असतांना चाळीच्या शांतता समन्वय् कमिटीची बैठक झाली आणि त्यात रामायण मालिकेच्या वेळी बसण्याच्या जागेवरून गडबड गोंधळ होऊ नये म्हणून प्रत्येकाने आपापली जागा निश्चित करून, त्या जागी दुसरं कोणी बसू नये म्हणून या आपापल्या वस्तू आणून ठेवल्या आहेत. नळावर नाही का लोकं बादल्या ठेऊन नंबर लावून ठेवतात तसं.

"अरे, देवा आणि तू काहीच बोलली नाही यावर. सगळ्या घरभर या वस्तू कशा दिसताहेत." मी चिडचिड करत म्हणालो.

"अहो, अशी काय चिडचिड करताहात. एरवी कोण यायला बसलंय आपल्या घरी. जाऊ दया ना."

रामायण सुरु व्हायच्या आधी एकेक जण शिस्तीत आपापल्या जागी येवून बसलं. तरी काही बायकांच्या ताट वाट्यांची अदलाबदल झाल्याने थोडी हमारा तुमरी झाली. पण त्या ताटावर, वाटीवर लिहिलेलं नाव उजेडात वाचून शांतता समन्वय कमिटीने तो प्रश्न सोडवला तरी त्या बायका एकमेकींकडे चवताळून पाहात होत्या.

मी आपला पलंगावर उक्कड बसून रामायण पाहात होतो.कारण जागाच नव्हती. खिडकीमध्येही अनेक जणं उभे होते.

कैकयीने रामाला वनवासात पाठवायची आज्ञा देताच भीमाबाई चवताळल्याच, "अग मेले तुझं पूर्ण वाटोळं होईल बघ. आगलावी मेली "

त्यांच्या बाजूला एक बाई रामायण गुंग होऊन पाहात बसली होती. तिला वाटलं की त्या तिलाच म्हणताहेत, मग ती काय मागे राहणार.

" माझं काय होईल ते होऊ दे, तू तुझं तोंड आवर आधी, नाहीतर तो पाटाचं डोक्यात घालते की नाही बघ. "

"ए ट्वळे तुला कोण बोललं ग." भीमाकाकूंचा आवाज प्रचंड मोठा होता.

" ए गप्प बसारे."

" त्या दोघीनाही बाहेर काढा."

" ए मंथरे, आता तरी तोंड बंद ठेव ना."

सगळ्या बाजूने गलका सुरु झाला. भीमाकाकू संतापाने उठल्या त्या बरोबर त्यांच्या वरवंटा घरंगळत एका बाईच्या पायाला लागला. तिचा वेगळाच थयथयाट सुरु झाला.

मध्येच टीव्ही वर ऍडव्हटाईज सुरु झाली, कॅडबरी चॉकलेट आणि बोर्नव्हिटाची, काही लहान मुलांनी चॉकलेट पाहिजे म्हणून एकदम भोकांडच पसरलं. त्यांना दुसरा काहीतरी खाऊ देऊन गप्प करावं लागलं.

त्या नंतर टीव्ही च्या कार्यक्रमाचा वेळ जसजसा वाढायला लागला तसंतसा लोकांचा मुक्कामही आमच्या घरात जास्त वेळ वाढू लागला. म्हणजे आजूबाजूचे शेजारी आता येतांना आपला नाश्ता, जेवण, खायचे पदार्थ पण सोबत आणून ठेवायला लागले. म्हणजे उगाचच येण्याजाण्यात वेळ नको जायला.

गल्लीभर चपला पसरतात म्हणून चाळ कमिटीने मला चपलांचं एक रॅक बनवून घ्या असा सल्ला दिला.

जेंव्हा पाहावं तेंव्हा आमच्या घरात माणसंच माणसं असतं. आमचं खाजगी आयुष्य पूर्ण नष्ट झालं. घरात राहून पण वनवास कसा असतो हे आम्हाला जाणवलं.

पण राम वनवासात जायला निघाले. आम्ही सगळे श्वास रोखून दुःखी अंतकरणाने हा प्रसंग पाहात होतो. तेव्हढ्यात कुठंतरी मोठ्ठा स्पार्क झाला. सगळे दिवे अचानक जास्त प्रकाशमान झाले. टीव्हीतून वेगवेगळे आवाज आले आणि सगळी कडे पडदाभर प्रकाशाचे कणकण दिसायला लागले. थोडावेळाने ते कण कमी होतं होतं पडदा पूर्ण काळा झाला.

आता चाळ शांतता कमिटीने मला लवकरात लवकर टीव्ही दुरुस्त करून संस्कृतीवर्धापनाला हातभार लावावा अशी एक नोटीस दिली आहे. तूर्त घर आणि चाळ या दोन्ही आघाडीवर मी एक टीव्ही राम एकटाच लढतो आहे.

(इति टीव्ही अध्याय संपूर्ण)

16

अशी अकरा पत्र लिहा

एकदा एका हितचिंतकांचे मला पत्र आले. किरट्या बायकी अक्षरात लिहिलेलं ते पत्र तसं चांगलं पण होतं आणि पण थोडं भीतीदायक देखील होतं. पण माझ्या फायद्याच होतं.

पत्र असं होतं.

केरळ मध्ये एका शिवमंदिरात एक पुजारी पूजा करायला गेला असता तिथं अचानक एक भला मोठा दहा फण्यांचा नाग त्याला दिसला. तो शेषनाग आहे हे पुजाऱ्याच्या लगेच लक्षात आले. त्याने हात जोडून त्या नागाची प्रार्थना केली.लगेच त्या नागाचं एका ब्राम्हणात रूपांतर झालं आणि तो त्या पुजाऱ्याला म्हणाला, मी कलियुगात जन्म घेतला आहे. जे लोकं माझा प्रसार करतील त्यांच मी खूप चांगलं करणार आहे. जे दुर्लक्ष करतील त्यांच मी खूप नुकसान करेन. त्या ब्राम्हणाने ही गोष्ट घरी सांगितली. त्याने आणि त्याच्या बायकोने मिळून अकरा लोकांना ही गोष्ट पत्राने कळवली. लगेच त्या ब्राम्हणाला एक लाखाची लॉटरी लागली. एका बेकार माणसाने अशी अकरा पत्र पाठवली, लगेच त्याला कलेक्टरची नोकरी लागली. एका मुलीच बरेच वर्ष झाले लग्नच होतं नव्हतं. तिने अकरा पत्र लिहून पाठवताच तिला इतकी चांगली चांगली स्थळ यायला लागली की तिला कोणा कोणाला हो म्हणावे आणि कोणाला नाही म्हणावे हेच कळेना. तकी ती गोंधळून गेली होती. पण जगात काही विश्वास न ठेवणारे लोकं असतातच ना. एका माणसाने या गोष्टीवर अविश्वास दाखवला. त्याने कोणालाच पत्र टाकलं नाही. उलट त्याची टिंगल केली. त्या माणसाला एक पिसाळलेले कुत्रे चावले. तो इंजेक्शन घ्यायला गेला तर इंजेक्शनची सुईच आत मोडून गेली. एक असाच नास्तिक घाईघाई ने बायकोला भेटायला गेला. तर रस्त्यात केळीच्या सालीवरून

घसरून पडला. सरळ दवाखान्यात ॲडमिट. एका माणसाने असेच दुर्लक्ष केलं त्याची बायको शेजाऱ्या सोबत पळून गेली. एक विद्यार्थ्याने दुर्लक्ष केलं तर तो सगळ्या विषयात नापास झाला. एका मुलाने अशी अकरा पत्र लिहून पाठवली तर त्याला सातशे पैकी सातशे मार्कस मिळाले.

हे पत्र मला आलं.कोणी पाठवलं होतं. समजत नव्हतं. पण काहीतरी या पत्रामागे दैवी संकेत असल्याचा मला संकेत वाटायला लागला. नाहीतर कोण कशाला हे असं पत्र मला टाकेल. एक प्रकारे माझ्या हाताला परीसच लागला होता. कोणाला सांगावे, कोणाला नाही तेच मला कळेना. उगाच विषाची परीक्षा न करता पत्रा कडे दुर्लक्ष न करता, अकरा पत्र पाठवून स्वतःच कल्याण करून घ्यायचं.

पत्र आणायला पैसे कुठून आणणार. मग मी माझा पैशाचा डब्बा गुपचूप उघडला. त्यातून अकरा पोस्टकार्ड विकत घेतली. मी रात्रभर जागून पत्र लिहून काढली. घरच्यांना वाटतं होतं हा अभ्यासच करतो आहे. आता कोणाला ही पत्र टाकायची हेच पक्क होतं नव्हतं. शेवटी एकदम जवळचे जवळचे जे मित्र होते. त्यांचाच पत्ता टाकायचं ठरवलं.

आता माझं तर भलं होणारच होतं पण त्या बरोबर त्या अकरा मित्रांचं पण भलं होणार होतं. पण मला मी असं चांगलं काम करतो पण त्याचा गर्व नाही करत. त्या दिवशी रात्रभर जागून मी लिहिलेली पत्र पोस्टात टाकली. त्याच्या नंतर थोडे दिवस असेच गेले. आज उद्या कडे चांगली बातमी येणार या बद्दल मला खात्री वाटत होती.

तिसऱ्या दिवशी एकदम अकरा पत्र मला मिळाली. सेम मजकूर असलेली. ज्या अकरा मित्रांना मी एकदम जवळच म्हणून मी निवडलं होतं त्यांनी देखील मला खास मित्र म्हणून निवडलं होतं. त्यांच माझ्या वरच प्रेम पाहून मन भरून आलं पण एकदम पोटात गोळा उठला. एका पत्रा बद्दल अकरा लोकांना पत्र टाकायची होती आता तर अकरा पत्र आली होती. म्हणजे मला किती पत्र लिहावी लागणार होती. बापरे. इतकी पत्र लिहिणार केंव्हा आणि पाठवणार कोणाला. पण दुर्लक्ष करूनही चालणार नव्हतं. एक टेन्शनच सुरु झालं. आता मला 121 पत्र लिहायची होती. लिहायच्या आधी विकत घ्यायची होती.

एव्हढी पत्र लिहायची तर त्या साठी पैसा आणि वेळ लागणार होता. मी घरी सांगितलं की माझ्या शाळेत एक प्रोजेक्ट आहे त्या साठी पैसा लागणार आहेत. बाबांचा माझ्यावर विश्वास आहे. ताईला नेहमीच थोडा डाउट येतो. बाबांनी दाखवलेला विश्वास मी खोटा ठरवणार नव्हतो. मला खूप पैसा मिळाला की मी लगेच त्यांचे ते पैसे त्यांना परत करणार होतो. म्हणून मी पोस्ट ऑफिस मध्ये

गेलो. तर तिथं खूप मोठी रांग लागलेली होती. रांगेत आमच्या वर्गातली बरीच मुलं मला दिसली. एका एकी शाळा सुरु असतांना दहा बारा हुशार मुलं रांगेत दिसल्या वर, मला कारण तर समजलंच होतं पण मी काही बोललो नाही. सगळे जण जणू काही आपण त्या गावचे नाहीच असं समजून उभे होते.

त्या दिवशी पोस्ट ऑफिस मध्ये कार्डांची एव्हढी तुफान विक्री झाली की कार्डच संपून गेले. कारण जो तो फक्त अकरा अकरा कार्ड विकत घेत होता. मला तर एकशे एकवीस कार्ड पाहिजे होती. मी पोस्टमास्तरांना विचारलं की काका, उद्या कार्ड नक्की येणार आहेत ना, प्लीज जरा जास्त मागवून ठेवा. ते माझ्या बाबांच्या ओळखीचे होते त्यांनी विचारलं, काय झालं आहे रे, आज अचानक प्रत्येक जणं अकरा अकरा कार्ड मागत होता. तुला किती हवी होती. मी सांगितलं, एकशे एकवीस. त्यांना धक्काच बसला.

संध्याकाळी शाळेतून घरी आलो तर कारण नसतांना पोस्टमास्तर बाबांसोबत काहीतरी बोलत होते. मी दिसल्या बरोबर बाबा एकदम ओरडले, कार्ट्या इकडे येरे जरा. मला तर त्यांचा आवाज ऐकून भीतीच वाटली.

" काय रे, तुला एकशे एकवीस पत्र कशाला हवी आहेत ? " त्यांनी दरडावून विचारलं.

मी तर एकदम रडायलाच लागलो. मी रडत रडत त्यांना सगळी हकीकत सांगितली. त्यांना ते पत्र दाखवलं. माझा शुद्ध हेतू त्यांना समजल्यावर त्यांचा माझ्यावरचा राग गेला. ठीक आहे. जा तू असं ते म्हणाले.

दुसऱ्या दिवशी माझे बाबा, आमच्या शाळेत आले. ते हेडमास्तरांना भेटले. सरांनी सगळ्यांच्या वह्या मागवल्या आणि मला आलेल्या पत्राशी अक्षर जुळवून पाहायला सुरुवात केली. आणि सापडलं ना मला ते पत्र कोणी पाठवलं होतं ते. ती होती, समोरचे दोन दात उडालेली सुमी.

तिला कुठंतरी तश्या प्रकारचं पत्र रस्त्यात सापडलं होतं. आपण जर असं पत्र मला पाठवलं तर मी अभ्यास सोडून यांचं कामात गुंतून जाईल आणि ती बिना टेन्शनने पहिल्या नंबरने पास होईल अशी तिची आयडिया होती. कारण आम्हा दोघांमध्ये टफ कॉम्पटीशन असायची आणि मी नेहमी पाहिला यायचो.

मग हेडमास्तरांनी सुमीच्या बाबांनाही बोलावून घेतलं. तिने पुन्हा असं करणार नाही असं प्रॉमिस दिलं. बाबांनी मला हे सगळं कसं खोटं असतं या वर लेक्चर दिलं आणि मुकाट्यानं असले रिकामे उद्योग करण्या पेक्षा सरळ अभ्यास करण्याचा सल्ला दिला.

www.ingramcontent.com/pod-product-compliance
Ingram Content Group UK Ltd.
Pitfield, Milton Keynes, MK11 3LW, UK
UKHW022006190726
13853UKWH00004B/1774

9 798889 868989